வலை உணங்கு குருமணல்

குருநகர் மக்கள் வரலாறு, பண்பாடு

வலை உணங்கு குருமணல்

குருநகர் மக்கள் வரலாறு, பண்பாடு

மு. புஷ்பராஜன் (பி. 1947)

இலங்கையில் குருநகர் என்னும் யாழ்ப்பாணத்துக் கடலோரக் கிராமமொன்றில் பிறந்தவர். இலங்கைப் போக்குவரத்து சபையில் (Ceylon Transport Board) பேருந்து நடத்துநராகவும் பின்னர் சாலைப் பரிசோதகராகவும் (Depot Inspector) பணி புரிந்தவர். தற்போது லண்டனில் வாழ்கிறார்.

கலை, இலக்கியம், திரைப்படம் ஆகிய துறைகளில் ஈடுபாடுடைய புஷ்பராஜன், 1970களில் எழுதத் தொடங்கியவர். இலக்கிய, திரைப்பட விமர்சனக் கட்டுரைகளும் சிறுகதைகளும் கவிதைகளும் எழுதியுள்ளார். யாழ்ப்பாணத்திலிருந்து வெளி வந்த தீவிர கலை, இலக்கிய இதழான *அலை*யின் (முதல் 25 இதழ்கள்வரை) ஆசிரியர் குழுவில் ஒருவராக இருந்தவர்.

‘அம்பா’ (அலை வெளியீடு, 1976), ‘மீண்டும் வரும் நாட்கள்’ (தமிழியல் லண்டன் – காலச்சுவடு பதிப்பகம் இணை வெளியீடு 2004), ‘வாழ்புலம் இழந்த துயர்’ (சாளரம் 2010) ஆகியவை இவரது நூல்கள்.

மு. புஷ்பராஜன்

வலை உணங்கு குருமணல்

குருநகர் மக்கள் வரலாறு, பண்பாடு

காலச்சுவடு பதிப்பகம்

வலை உணங்கு குருமணல் • கட்டுரைகள் • ஆசிரியர் : மு. புஷ்பராஜன் •

• முதல் பதிப்பு : நவம்பர் 2011 • வெளியீடு : காலச்சுவடு பப்ளிகேஷன்ஸ் (பி) லிட்., 669 கே. பி. சாலை, நாகர்கோவில் 629 001 • ஓவியங்கள் : டியான்சி ரெஜி கிரகோரி.

காலச்சுவடு பதிப்பக வெளியீடு : 416

valai uNanku kurumaNal • Essays • Author : mu. pushparaajan •

• Language : Tamil • First Edition : November 2011 • Size : Demy 1 x 8 • Paper : 18.6 kg maplitho • Pages : 184 • Copies : 550 + 50.

Published by Kalachuvadu Publications Pvt. Ltd., 669 K.P. Road, Nagercoil 629 001, India • Phone : 91 - 4652 - 278525 • e-mail : publications@kalachuvadu.com • Illustrations : Dijansi Regi Grecory •

ISBN : 978-93-80240-71-8

11/2011/S.No. 416, kcp 740, 18.6 (1) 600

தன் கண்ணீராலும் பட்டினியாலும்
எம்மை வளர்த்த
அம்மாவிற்கு

பொருளடக்கம்

பாகம் 4

என்னுரை

விடுதலை அறியா விருப்பு

இந்நூல் எனது நீண்டகால அவா. எந்தையும் தாயும் அதன்பின் நாமுமாய் மகிழ்ந்து உலாவிய மண்ணையும் அதனை மருவி வழியும் கடலையும் பற்றிய மனப்பதிவுகள் இவை. கடல். அதுவே எங்கள் வாழ் வாதாரமும் மகிழ்ச்சியும். அத்தேவதை சினம் கொள்ளும் போதெல்லாம், திசையறியாது அலைந்து, கரையொதுங் காமல் போனவர்கள் ஏராளம். அவள் கோபமுறும் காலங் களில், அச்சம் கரிய இருளாய் ஊர்மீது கவிந்திருக்கும். ஆயினும் எம்மால் அவளை வெறுக்க முடிவதில்லை. தேவதையின் சினம் தணிந்து, தன் மெல்லிய அலை களால் சிரிக்கும்வரை, வேண்டிக்கொள்வதைத் தவிர, வேறு வழியேதும் எமக்கு இருப்பதில்லை. அவள் சிரிப்பில், எங்கள் வீட்டு முற்றத்தின் வெண்மணலில் பூக்கள் விரியும். அன்றாடம்காச்சிகளின் சமையல் அறை களிலியிருந்து புகை வெளியேறும்.

எங்கள் தேசம் முழுவதும் அரசியல் சூறாவளி வீசியது. அதன் பாறையில் மோதி நொருங்குண்டது அவரவர்க்கான வாழ்வின் படகுகள். திசையறியாத அலைவும் பல்லாயிரம் மைல்களுக்கப்பாலான அடைவும் பதி வைக்கப்பட்ட வாழ்வும். பதி வைக்கப்பட்ட வாழ்வில், பொருளாதாரச் சுமை சதா உச்சியை அழுத்தியபடியிருக் கும் சூழலில், எனது நீண்டகால அவா, செயல்வடிவம் காண்பதற்கு, காத்திருந்த காலங்கள் அதிகமாகிவிட்டது தான்.

பதி வைக்கப்பட்ட வாழ்வில், பொருளாதாரச் சுமை கள் அழுத்தியபடியிருந்தாலும் மனம் அடர்ந்து உரசும்

மலர்கள், விட்டுவந்த மண்ணில் பூத்தவைதான். மாரி காலத் தும்பிகளை, மாட்டுவால் மயிர் கொண்டு செய்த தடத்தால் துரத்தினோம். முள்முருக்கம் பூக்கள் கோதவரும் மைனாவை 'கெற்றப்பொலால்' (catapult) வீழ்த்த முனைந்தோம். 'சோழகராசா' மூர்க்கங்கொண்டு வீசும் காலங்களில், விதம்வித மான கொடிகள், காற்றில் ஏறி விண்ணைச் சாடும் அழகில், நேரங்கள் மடிவதை மறந்தோம். நிலவு காலங்களில், வானத்து நட்சத்திரங்கள் அனைத்தும் வெண்சிறகும் துப்பட்டி ஆடையும் கொண்ட சம்மனசுகள்போல் சிரித்திருக்க, ஒளி இறங்கிய தெருக்கள் கலகலக்கும். அந்தக் கடலில்தான் நீச்சல் கற்றோம். வள்ளங்கள் தாங்கினோம். வாட்டாளம் செடி பிடுங்கி, வள்ளத் தில் அடித்து மகிழ்ந்தோம். இன்னும் மனம் புதைந்திருக்கும் இன்துயர் நினைவுகள் எத்தனை எத்தனை! இத்தனை ஆண்டு கள் கழிந்தும் இன்றும் எம் கனவுகளில் உயிர்கொண்டு உலவு வது அந்தப் புழுதி மணலும் உப்புக் காற்று உலவும் நெய்தல் நில கோலங்கள்தான்.

குருநகர் மக்கள் கடின உழைப்பிற்குப் பெயர்போனவர்கள். தினமும் இயற்கையோடு போராடிப் போராடி திரண்டிருக்கும் புஜ வலிமை வாய்த்தவர்கள். எந்த எதிர்ப்பையும் துணிவுடன் எதிர்கொள்ளும் அதேவேளை, பகையை மனதுள் புதைத்து வைத்திருக்காமல், வாரி எடுத்து வெளியே வீசி மறந்துவிடும் இயல்பினர். முரண்பாடுகளைத் தயக்கமின்றி முன்வைக்கும் நெஞ்சுரம் வாய்த்தவர்கள். நியாயமற்றவைகளுக்குப் பணிந்து போக மறுப்பவர்கள். இறுக்கமான குடும்ப உறவுகளுக்கு நிக ரான இறை பக்தியும் கொண்டவர்கள். புறக் காரணங்களினாலோ தம் சுய விருப்பினாலோ தாம் இழந்துபோன கல்வி வாய்க்கப் பெற்றவர்கள்மீது, மதிப்பும் நிறைந்தவர்கள். இவர்கள் இயல்பு கள்தான் என் வளரிளம் பருவத்தில் என்னைச் சூழவிருந்தவை.

அசாதாரண இயல்புகளோடு வாழ்ந்த ஒரு சமூகக் குழு வின், வாழ்வின் தடயங்களை, வெறுமையாகக் காற்றோடு கலந்துபோக விட்டுவிட முடியுமா என்ன? வாய்மொழியாக இன்றுவரை சுமந்துகொண்டிருக்கும் தம் முன்னோர் பற்றிய கதைகள், கடலோடு பிறந்து, காற்றோடு கலந்துலவும் அவர்கள் 'அம்பா'ப் பாடல்கள், பண்பாட்டுக் கூறுகள் யாவையும் பதிவில் வைக்க பெருவிருப்புக் கொண்டேன். 'விடுதலை அறியா விருப்பு' இது. 1976இல் 'அம்பா' என்ற சிறு நூல், இந்த விருப்பின் வெளிப்பாடாக வெளிவந்தது. அப்போது அது மட்டுமே சாத்தியமாயிருந்தது. அதன் பூரணமின்மை உணரப்பட்ட போதிலும்.

‘அம்பா’ என்ற அச்சிறு நூலை, ஒரு பாகமாக உள்ளடக்கி, நான்கு பாகங்களாக விரிந்திருக்கிறது ‘வலை உணங்கு குரு மணல்’ என்ற இந்த நூல். பண்டைத் தமிழர் நெய்தல் நில வாழ்வினைக் கூறும் ‘பட்டினப் பாலை’யின் இந்த வரியை (வலை உணங்கு மணல்) பெரு விருப்போடு இந்நூலுக்குரிய தலைப்பாகத் தேர்ந்துகொண்டேன். இந்நூலில் புதிதாக மூன்று ‘அம்பா’ பாடல்களும் இணைக்கப்பட்டுள்ளது. அவை கலை ஆர்வலனின் ‘குருதிக் குளியல்’, நூலிலிருந்தும் குருநகர் யோகி யால் வெளியிடப்பட்ட ‘செவ்வானம்’ இதழிலிருந்தும் பெறப் பட்டவையாகும். இவை ஒரு கடல் தொழிலாளியிடமிருந்து பெற்றுக்கொள்ளப்பட்டவை என்ற அவர்களின் உறுதிமொழி யின் பேரிலேயே இணைக்கப்பட்டுள்ளது. ‘இப்பாடல்கள் ஒரு குறிப்பிட்ட பிரதேசத்திற்குச் சொந்தமானவை எனக் கூற முடியாது. பருவக் காற்றின் பெயர்ச்சி காரணமாக மீனவர்கள் இடம்பெயர்ந்து தொழில்கள் செல்வதனால் இவை பரந்து கொண்டே போயிருக்கும். அல்லது ஏனைய மீன்பிடிப் பகுதி களிலிருந்து இங்கு பரவியதாகவும் இருக்கலாம். இதில் வரும் அனைத்துப் பாடல்களும் குருநகர் கடற்கரைப் பகுதியிலிருந்தே பெறப்பட்டவையாகும்’ என்ற எனது முன்னைய கருத்தை மீண்டும் இங்குப் பதிவுசெய்துகொள்ள விரும்புகிறேன்.

இதனை ஒரு பூரணமான தொழில், கலை பண்பாட்டுக் கோலங்களின் வெளிப்பாடு எனக் கொள்வது ஒரு அவசர முடிவேயாகும். இன்னமும் சிறுவர்களது நிலாக்காலப் பாடல் கள், அன்னையரின் ஒப்பாரிப் பாடல்கள், தந்தையரின் நாட்டுக் கூத்துக் கலைகள், கன்னியரின் ஊஞ்சல் பாடல்கள், நொடிகள் என்பன அக்கடலோரக் குருமணலின்மேல் அலைந்துகொண்டு தானுள்ளது. தமிழகத்தின் முக்கிய சமூக விஞ்ஞானியும் நாட்டார் வழக்கியலில் ஆழ்ந்த ஈடுபாடும்கொண்ட பேராசிரியர் ஆ. சிவசுப்பிரமணியம் அவர்கள் பதிப்பித்த ‘கல்லறை வாசகப்பா’ (கூத்து நாடகம்) நூலின் கருத்துரையில் 1830ஆம் ஆண்டில் இயற்றப்பட்ட இந்நாடகம், ‘குருநகராலயத்தின் முன்னே’ நிகழப்போவதாக, புலசந்தோர் இன்னிசை விருத்தத் தினை மேற்கோள் காட்டிக் குறிப்பிடுகிறார். இவைபோன்ற தகவல்கள் இன்னும் வெளிவராமல் காற்றோடு அலைபவை எத்தனை என்பதை யாரறிவார்? ஆறாயிரம் மைலுக்கு அப்பால் இருப்பவர்களின் செயற்பாடுகள் என்பது ஒரு வரைவுக்குள் உட்பட்டதுதானே! அக்குருமணல்மீது, ஒலிக்காது அலைந்து கொண்டிருக்கும் இக்கலைகளின் மீட்சி, அம்மண்ணில் இருக்கும் கலைப் பெறுமானங்களை உணர்ந்தவர்களால்தான் இனிச் சாத்தியமாகக்கூடியது.

2

இன்று புலம்பெயர்ந்த தமிழர்கள், உலகம் பூராவிலும் சிதறி வாழ்கிறார்கள். இவர்களின், அடுத்து வரப்போகும் பல தலைமுறையின் ஏதோவொரு தலைமுறையினர், தாம் இந்து சமுத்திர மாங்காய்த் தீவிலிருந்து புலம்பெயர்ந்து வந்தவர் களின் வழித்தோன்றல்கள் என நம்ப மறுப்பார்கள். அது எவ்வாறெனில், அவுஸ்திரேலியாவிலிருந்து புறப்பட்ட மனிதப் பரம்பலின் நீட்சி, இலங்கைவரை நீண்டிருந்தது என்பதை நம்ப மறுப்பதுபோல்தான். கடற்கோள்கள், நிலநடுக்கங்கள் போன்ற இயற்கையின் தாக்குதல்களினாலும் நாடுகளுக்கிடையிலான யுத்தங்கள், உள்நாட்டுப் போர்கள் ஆகியவைகளினாலும் பல இனங்கள் வாழ்விடங்களை விட்டுப் புலம்பெயர நிர்ப்பந்திக்கப் பட்டார்கள். புதைந்துபோன நகரங்களைப் பேலவே, அவர்களது பூர்வீகங்களும் வரலாறுகளும் புதையுண்டு போயுள்ளது. இந்த வகையில் குருசேத்திரத்திற்கும் குருநகருக்குமான தொடர்பினை குருநகர் மக்கள் தலைமுறை தலைமுறையாக, வாழ்மொழி யாகக் காவிக்கொண்டு வருகிறார்கள். புராணக் கதைகள் வரலாறு அல்ல என்பதையும் புராணங்கள் வரலாற்று உண்மையையும் சிலவேளை கொண்டுள்ளன என்ற இரு நிலைகளையும் ஆராச்சியாளர்கள் முன்வைக்கின்றனர்.

குருநகர் புனித யாகப்பர் ஆலயத்தின் *125*ஆவது ஆண்டு நிறைவு மலருக்காக The North Ceylon Maritime Association (Colombo branch)ஆல் *1956*ஆம் ஆண்டு வெளியிடப்பட்ட, அருட்திரு கலாநிதி A.J.B அன்ரனைனஸ் அவர்களின் 'Who are the Kurukulams of Jaffna' என்ற நூலின் முக்கியப் பகுதிகளை, அருட்திரு. ஜெயசீலன் அடிகளாரின் உதவியுடன் தமிழாக்கம் செய்திருந்தேன். இந்நூலின் மேற்கோள்களிற்கு அதன் மொழி யாக்கமே பெரும்பாலும் எடுத்தாளப்பட்டுள்ளது.

3

இவ்வகை நூல் உருவாக்கத்திற்கு உதவிய பலரை நான் இங்கே நன்றியுடன் குறிப்பிட்டே ஆகவேண்டும். சந்தர்ப்பம் கிடைக்கும்பொழுதெல்லாம் இந்நூலின் அவசியம் பற்றியும் இதற் கான விரிவான ஆலோசனைகளையும் பெரும் ஒத்துழைப்பை யும் சலிப்பின்றி வழங்கிய மு. நித்தியானந்தன், மீனா தம்பதி யினர். தேவையான நூல்களையும் தகவல்களையும் தந்துதவிய வர்களாக பத்மநாப ஐயர், ம. மக்கிலீன், திருமதி ஜெயந்தி ஜீவா, சுகுமார், டேமியன் சூரி, குருநகரிலிருந்து எனக்கு வேண்டிய தகவல்களை வழங்கிய எனது மைத்துனர் இ. செபஸ்ரியாம்

பிள்ளை, பாடசாலை நண்பர்களான கி. அல்போன்ஸ், யோ. மரியாம்பிள்ளை, இந்நூலிற்கான ஓவியங்கள் வரைந்து உதவிய திருமதி டியான்சி ரெஜி கிரகோரி, ஓவியங்கள் யாவற்றையும் எனது விருப்பிற்கு ஏற்ற வகையில் Scan செய்து உதவியும் நூலின் அட்டைப்படத்தினை வடிவமைத்தும் தந்த புகைப்பட, நாடகக் கலைஞர் சி. சாந்தகுணம் (சாந்தன்), எனது ஆங்கில மொழிபெயர்ப்பை மூலத்துடன் ஒப்பீடு செய்த மு. நித்தியானந்தன், மு. நேமிநாதன், ஊரின் பழமொழிகளை அள்ளி வழங்கிய என் அன்பு மனைவி ராணி ஆகியோர்களுக்கு நான் என்றும் கடமைப்பட்டுள்ளேன்.

இந்நூலில் இணைக்கப்பட்டுள்ள ‘மகரம்’ சின்னம், Certificate of Registration of a Slave ஆகியன எம்.டி. இராகவனின் ‘The Karava of Ceylon’ நூலிலிருந்து பெறப்பட்டவையாகும்.

இறுதியாக இந்நூலுக்கு முன்னுரை வழங்கிய, நாட்டார் வழக்கியலில் ஆழ்ந்த ஈடுபாடுகொண்ட பேராசிரியரும் என் மதிப்பிற்குரியவருமான ஆ. சிவசுப்பிரமணியம் அவர்களுக்கும் எனது நூலை வெளியிட முன்வந்த காலச்சுவடு பதிப்பகத்திற்கும் கண்ணனுக்கும் நன்றிகள்.

லண்டன்,
05.04.2010.

மு.புஷ்பராஜன்

முன்னுரை

வரலாறு என்பது குறித்த வரையறைகளும், விளக்கங்களும் இன்று மாறிவருகின்றன. பரந்த நிலப் பரப்பை மையமாகக் கொண்டும் போர்க்களங்களை மையமாகக்கொண்டும் எழுதப்படும் மரபுவழி வரலாற்றைச் சற்று ஒதுக்கிவிட்டு வட்டார வரலாறு, உள்ளூர் வரலாறு, வாய்மொழி வரலாறு, அடித்தள மக்கள் வரலாறு என்ற வரலாற்று வகைமைகள் குறித்து இன்று விரிவாக ஆராயும் சூழல் உருவாகியுள்ளது.

திரு. புஷ்பராஜன் எழுதியுள்ள 'வலை உணங்கு குருமணல்' என்ற இந்நூலை 'வட்டார வரலாறு' என்று வகைப்படுத்தலாம்.

வட்டார வரலாறு, உள்ளூர் வரலாறு என்பன ஒரு வகையில் பார்த்தால் தமிழுக்குப் புதியதல்ல. சைவ வைணவ சமயம் சார்ந்த புண்ணியத்தலங்களை மையமாகக் கொண்டு 'தல புராணம்' என்ற பெயரில் புராணங்கள் பல உரைநடையிலும் செய்யுள் வடிவிலும் உருவாகியுள்ளன. மகாவித்வான் மீனாட்சி சுந்தரம் பிள்ளை சளைக்காது இத்தகையத் தல புராணங்களை எழுதிக் குவித்துள்ளார். இத்தகைய போக்கு இலங்கைத் தமிழர்களிடமும் நடைமுறையில் இருந்துள்ளது. சான்றாக 'மட்டக் களப்பு மான்மியம்' என்ற நூலைக் குறிப்பிடலாம்.

ஆனால் இந்நூல்கள் கோவில், கடவுளர், முனிவர், சமய அடியார்களை மட்டுமே சார்ந்து ஓரளவு உண்மையும் மட்டு மீறிய கற்பனையும் கொண்டு எழுதப்பட்டவை. வரலாற்றுக் கூறுகள் இவற்றில் மிகவும் குறைவாகவே காணப்படும். தலம் என்பது புண்ணியத்தலம் ஒன்றைக் குறிப்பதாகவே பொருள்கொள்ளப்படுவதால் Local History

என்ற ஆங்கிலச் சொல்லைத் 'தல வரலாறு' என்று தமிழாக்கம் செய்வதில் தயக்கம் ஏற்படுகிறது. இத்தயக்கத்தின் அடிப்படையி லேயே 'வட்டார வரலாறு', 'உள்ளூர் வரலாறு' போன்ற சொற்கள் பயன்படுத்தப்படுகின்றன. வட்டார வரலாறு, உள்ளூர் வரலாறு என்பன ஒரு குறிப்பிட்ட வட்டாரத்தின் வரலாற்றை மையமாகக்கொண்டன என்னும்போது அவற்றின் ஆய்வுப் பொருளாக அமைவன எவை என்ற வினா எழுவது இயற்கை. இது தொடர்பாக மானிடவியலாளர் பக்த வத்சலபாரதியின் பின்வரும் விளக்கத்தை விடையாகக் குறிப்பிடுவது பொருத்த மாக இருக்கும்.

> வட்டார வரலாறு என்பது, குறிப்பிட்ட புவியியல் பரப்பு சார்ந்த பிராந்தியத்துக்கான வரலாற்றைக் குறிக்கும். இதில் எண்ணற்ற வரலாற்றுக் கூறுகள் அடங்கியுள்ளன. இத்தகைய வரலாறு இடம் பற்றியதாக இருக்கலாம். முக்கியத்துவம் கொண்ட ஆறு, மலை, குளம் பற்றியதாக அமையலாம். அப்பிராந்தியத்தின் சமூகங்களைப் பற்றிய தாக இருக்கலாம். சமூக நாயகர்கள், வரலாற்றில் இடம் பிடித்தவர்கள், விடுதலை வீரர்கள், மதகுருமார்கள் பற்றிய தாக அமையலாம். அப்பிராந்தியத்தின் கோயில், விழாக் கள், சாமிகள், வழிபாட்டு மரபுகள், வீர விளையாட்டுகள், பிற பண்பாட்டு நிகழ்வுகள் பற்றியதாகவும் இருக்கலாம். அப்பிரதேசத்திலிருக்கும் பழம்பெரும் கட்டிடங்கள், அரண்மனைகள், கோட்டைகள், தானியக் கிடங்குகள், சுரங்கப் பாதைகள், பெருவழிச் சாலைகள், நினைவுச் சின்னங்கள் பற்றியதாகவும் இருக்கலாம். இவ்வாறாக இன்னும் பிற வகைகளிலும் அமையலாம்.

இவ்விளக்கத்திற்குப் பொருந்தும் வகையில் தமிழ்நாட்டிலும் இலங்கையிலும் குறிப்பிட்ட ஊர்களின் வரலாறுகள் நூல்வடிவம் பெறத் தொடங்கியுள்ளன. இலங்கையின், புத்தளம் குறித்த நூல் வட்டார வரலாற்றில் குறிப்பிடத்தகுந்த இடத்தைப் பெற்றுள்ளது. இவ்வரிசையில் புஷ்பராஜன் எழுதிய 'வலை உணங்கு குரு மணல்' என்ற இந்நூலும் இணைகிறது.

'அம்பா' என்ற சிறு நூலின் வாயிலாக திரு. புஷ்பராஜனை முதல் முறையாக 1976ஆம் ஆண்டில் நான் அறிந்துகொண்டேன். இலங்கையின் குருநகர் என்ற பகுதியில் வாழும் மீனவர்களின் தொழிற்பாடலாகிய 'அம்பா' குறித்த அச்சிறுநூல் என்னை மிகவும் ஈர்த்தது.

பின்னர் 'கல்லறை வாசகப்பா' என்ற நாடகத்தை 2006இல் பதிப்பிக்கும்போது அந்நாடகம் குருநகர் ஊரில் அரங்கேற்றம்

செய்யப்பட்டதாக அந்நூலில் குறிப்பிடப்பட்டிருந்தது. இச்செய்தி குருநகர் குறித்து மேலும் அறிந்துகொள்ளும் ஆவலைத் தூண்டியது.

தற்போது பல ஆண்டுகள் கழித்து புஷ்பராஜன் எழுதிய இந்நூல் என் ஆவலை நிறைவு செய்துள்ளது. ஆனால் இந்நூல் முழுவதையும் படித்து முடித்த பிறகு அதில் மறைந்துள்ள சோக மும் என்னைப் பாதித்தது.

இந்நூல் ஓர் ஊரின் வரலாறா? அல்லது அவ்வூரில் வாழும் மக்கள் குறித்த இனவரைவியல் ஆய்வா? என்ற ஐயம் தோன்றும் அளவுக்கு ஊரின் வரலாறும் இனவரைவியல் செய்தி களும் ஒன்றிலிருந்து ஒன்றைப் பிரிக்க முடியாதவாறு இணைந்து காணப்படுகின்றன.

புஷ்பராஜன் குருநகரில் பிறந்து வளர்ந்தவர் என்பதுடன், நூலில் இடம்பெறும் சமூகத்தைச் சார்ந்தவர் என்பதும் தன் ஊரையும் தன் சமூகத்தையும் நேசிப்பவர் என்பதும் இதற்குக் காரணமாகும்.

இனவரைவியல் என்ற அறிவுத்துறை விவரணைத்தன்மை கொண்டதாக அமையும் என்பர். அதற்கு ஏற்ப இந்நூலும் விவரணைத்தன்மை மிக்க நூலாகவே அமைந்துள்ளது. இதுவே இந்நூலுக்கு வலிமை சேர்த்துள்ளது. அத்துடன் ஒரு சிறிய ஊருக்குள் எவ்வளவு செய்திகள் புதைந்து கிடக்கின்றன என்று நம்மை வியப்படையச் செய்கின்றது.

நான்கு பகுதிகளாகப் பிரிக்கப்பட்டுள்ள இந்நூலின் முதற் பகுதி, குருநகரின் வரலாற்றையும், குருநகர் வாழ் கரையர்களின் பூர்வீகத்தையும் ஆராய்கிறது. "வட இந்தியாவில் குருவம்சத் தோடு உறவு கொண்ட தென்னிந்தியப் பாண்டவ அரசர்கள் மகரத்தைத் தமது அடையாளமாகக் கொண்டதனால்தான் மீனவன் என்று அழைக்கப்பட்டனர்" எனக் குறிப்பிடும் ஆசிரியர் குருநகர் மக்கள் தம் கொடியாக மகரக் கொடியைக் கொண் டுள்ளதையும் குருநகர் பெண்கள் தமக்கிடையே நிகழும் சண்டைகளில் தத்தம் மார்புகளில் அடித்துக்கொண்டு "நான் குருகுல ராசாத்தி" என்று கூறிக்கொள்வதையும் ஏதோ ஒரு வகையில் குருவம்சத்தோடு குருநகரின் பூர்வீகம் பிணைந் துள்ளதை நிறுவும் சான்றாகக் கொள்கிறார்.

'சுவடுகளை நோக்கி' என்ற இரண்டாவது இயலில் குரு நகரில் வாழும் கரையர்களின் பூர்வீகத்தை ஆராய்கிறார். கொழும்பு தேசிய அருங்காட்சியகத்தில் கரையர்களின் வாளொன்றில் 'குருவீர' என்ற பெயர் பொறிக்கப்பட்டுள்ளதை

யும் வீரராசேந்திரன் என்ற சோழ மன்னனின் கல்வெட்டில் இலங்கை மன்னனின் அணியில் நின்று போராடிய குருகுலத்த ராயன் என்பவன் விழுந்து மடிந்தது இடம்பெற்றுள்ளதையும் குறிப்பிடுகிறார்.

கப்பலோடிகளாகவும் வணிகர்களாகவும் யானைகளைப் பிடித்துப் பழக்குவோராகவும் முத்துக்குளிப்பவர்களாகவும் கரையர் விளங்கியதை வரலாற்றுச் சான்றுகளுடன் நிறுவியுள்ளார்.

ஆங்கிலக் காலனியத்தின் வருகையால் இத்தொழில்களை விட்டு விலகி மீன்பிடிப்பவர்களாக மட்டுமே கரையர் மாறிய தாகவும், இச்சமூகத்தின் மேட்டிமையோர் வணிகர்களாக விளங்கியதாகவும் குறிப்பிடுகிறார்.

அடுத்து வரும் இயலில் 16ஆம் நூற்றாண்டில் போர்ச்சுக் கீசியர்களின் உதவியுடன் குருநகர் கரையர்கள் கத்தோலிக்கர் களாக மதம் மாறியதை விவரிக்கிறார்.

இந்நூலின் இரண்டாவது பகுதி, குருநகர் கரையர்களின் சமூக வாழ்வை வருணனையுடன் கூறுகிறது. மீனவர்கள் மீன் பிடிக்கச் செல்வதையும் மீன்பிடித்துத் திரும்புவதையும் குரு நகரின் கடற்கரையில் அமர்ந்துகொண்டு நாம் பார்ப்பது போன்ற உணர்வை ஆசிரியர் ஏற்படுத்துகிறார்.

பாரம்பரிய மீன்பிடிப்பு தொடங்கி இன்றைய இயந்திரப் படகுவரை மீனவர்களின் மீன்பிடித் தொழில் நுட்பத்தை ஐந்தாவது இயல் வெளிப்படுத்துகிறது. கரையர்களின் தொழில் சார் மரபுகளை மிக நுட்பமாக இவ்வியல் பதிவுசெய்துள்ளது.

திருக்கைமீன் முள்ளால் ஏற்படும் காயம், அதற்குச் செய்யப் படும் மரபு வழி வைத்தியம், நச்சுநீர் என்ற நீர்படுவதனால் ஏற்படும் பாதிப்பு என்பனவெல்லாம் இவ்வியலில் இடம்பெற் றுள்ளன. இன்றையத் தொழிலாளர் நலக் காப்பீட்டுத் திட்டம் போன்று இப்பாதிப்புகளுக்கு ஆளானவர்களுக்கு ஊதியம் வழங்கப்பட்டதாக ஆசிரியர் குறிப்பிடுவது வியப்பாயுள்ளது.

‘கலாச்சார மரபுகள்’ என்ற ஏழாவது இயலில் கரையர் களின் சமூக வாழ்வில் நிகழும் பூப்புச் சடங்கு, திருமணம், இறப்பு தொடர்பான வாழ்க்கை வட்டச் சடங்குகள் கள ஆய்வின் அடிப்படையில் விவரிக்கப்படுகின்றன. ‘அற்ஹோம்’ என்ற சடங்கு குறித்து அவர் கூறுவது தமிழ்நாட்டில் பட்டுக்கோட்டை, பேராவூரணி, ஆகிய பகுதிகளில் நிகழும் ‘மொய்விருந்து’ச் சடங்கை நினைவூட்டுகிறது. அற்ஹோம் சடங்கு கரையர்களின் பொருளாதார வாழ்வில் சிக்கலை ஏற்படுத்தியதால், குருநகர்

முன்னேற்ற ஐக்கிய முன்னணி என்ற அமைப்பு இச்சடங்கு தொடர்பாக சில கட்டுப்பாடுகளை விதித்துள்ளதையும் சுட்டிக் காட்டியுள்ளார்.

கத்தோலிக்கர்களின் சமய வாழ்வில் புனிதர்களுக்கு முக்கிய இடமுண்டு. இவ்வகையில் குருநகர் கரையர்களின் சமய வாழ்வில் புனித யாகப்பர் முக்கிய இடத்தை வகிக்கிறார். 'படையாளி' என்று யாகப்பரை குருநகர் மக்கள் செல்லமாக அழைப்பதையும் ஸ்பானிய உடையுடன் வாள் ஏந்தியவாறு காட்சி தரும் யாகப்பரின் உருவம் படைத்த படம் வீடுகளில் பரவலாக இடம் பெறச் செய்துள்ளதையும் ஆசிரியர் குறிப்பிட்டுள்ளார். 1861இல் முப்பத்தியொன்பது கரையர் குடும்பங்களால் திட்டமிட்டுக் கட்டப்பட்ட புனித யாகப்பர் ஆலயம், ஒன்றரை நூற்றாண்டு கடந்தும் குருநகர் மக்கள் தொகைப் பெருக்கத்திற்கு ஈடு செய்யும் வகையில் அமைந்துள்ளதாக ஆசிரியர் பெருமிதம் கொள்கிறார்.

*1968*இல் சிங்களக் காவல்துறையின் தாக்குதலுக்கு ஆளான இவ்வாலயம் *1993*இல் சிங்கள விமானப் படையின் தாக்குதலுக்கு ஆளாகி ஒன்பது பேர்கள் உடல் சிதறிப் பலியானது இவ்விய லில் பதிவாகியுள்ள சோக நிகழ்வு.

யாகப்பரின் சொருபம் ஊர்வலமாக எடுத்துவரப்படும்போது ஆன்மீகப் பலன் மட்டுமின்றி உலகியல் பலனும் கிட்டுவதை 'காதலர்கள் தம் காதலிகளை, தெருவிற்குத் தெரு, பலமுறை ஒளிவு மறைவின்றி, பெற்றோர்களின் பயமின்றி பார்க்கக்கூடிய பெரும் வரப்பிரசாதத்தை, படையாளி தனது வீதிவலத்தின்போது இவர்களுக்கு அளித்துக்கொள்வார்' என்கிறார் ஆசிரியர்.

நூலின் மூன்றாவது பகுதியின், தலைப்பு 'அம்பா' என்பதாகும். மீனவர்களின் தொழிற்பாடல் 'அம்பா' என்றழைக்கப் படுகிறது. அம்பாப் பாடல் பாடப்படும் சூழ்நிலையை விளக்கி விட்டு அதன் உள்ளடக்கத்தை ஐந்து தலைப்புகளில் தனித்தனி இயல்களில் விவரிக்கிறார். தென்தமிழ் நாட்டு அம்பாப் பாடல் களை இவற்றுடன் ஒப்பிட்டு ஆராய இடமுள்ளது.

'போர் மேகங்களின் பின்னால்' என்ற தலைப்பிலான பதினைந்தாவது இயல் சிங்களப் பேரினவாதமும், அதன் எதிர் முகமான ஈழ விடுதலை இயக்கமும் குருநகரின் வாழ்வைச் சிதைத்துவிட்டதைச் சோகத்துடன் பதிவு செய்துள்ளது. உள் நாட்டுச் சமூகத்தின் மைய நீரோட்டத்திலிருந்து விலகி நின்று அமைதியாகத் தொழில் புரிந்து வாழ்ந்து வந்த குருநகர் மீனவர் கள் வாழ்வில் ஏற்பட்ட அவலங்கள் நம் உள்ளத்தைத் தொடு கின்றன.

நூற்றாண்டுகளைத் தாண்டி ஒரு கடற்கரைக் கிராமத்திற்கு வாசகரை அழைத்துச் சென்று அம்மக்களுடன் உலாவவிட்ட நூலாசிரியர் நிகழ்கால யதார்த்தத்திற்கு நம்மை அழைத்து வந்ததும் சோகம் மனதைப் பிழிகிறது.

> அவர்களது கடல் அவர்களுக்குச் சொந்தமில்லை. கடலலை ஓசைகள் தம்மை அழைப்பதாக உணர்வதை மறந்து வெகுகாலமாகிவிட்டது.

○

> அவர்களது கடலை, அதிகார பலத்தால் தமதாக்கிக் கொண்டவர்கள் குறிப்பிட்ட வேளைகளில் மட்டுப்படுத்தப் பட்ட எல்லைக்குள் குறிப்பிட்ட தொகையினரை மட்டுமே மீன்பிடிக்க அனுமதிக்கிறார்கள். அதுவும் அவர்களது அடையாள அட்டைகள் உள்ளவர்கள் மட்டுமே அனுமதிக்கப்படுகிறார்கள். குறிப்பிட்ட நேரத்தினுள் மீண்டும் திரும்பி வந்துவிட வேண்டும். வரத்தவறியவர் களுக்கு எவ்விதத் தண்டனை என்பதை பாலத்தில் காவலிற்கு நிற்கும் இராணுவத்தினர்தான் தீர்மானித்துக் கொள்வார்கள். அனுமதிக்கப்பட்ட நேரங்களில்கூட அவர்கள் உயிருக்கு எந்த உத்தரவாதமும் இல்லை.

○

> தொடரும் யுத்தச் சூழலுக்குள் குருநகர் மக்கள் என்று மில்லாதவாறு மனநெருக்கடிக்கு ஆளாகியுள்ளார்கள். போர்க்களத்தில் வீரமரணம் அடையும் தம் புதல்வர், புதல்வியர்கள் செய்திகேட்டு வாய்விட்டு அழ முடியாத நிலையிலுள்ளனர். அழும்குரல் கேட்டவுடன், அங்குள்ள இராணுவமும் அதனுடன் சேர்ந்து இயங்குபவர்களும் அங்கு வந்து விடுகின்றனர். இறந்தவரின் உடல் இல்லாத நிலையில் அழுபவர்கள் போராளிகளின் பெற்றோர் உறவினர்கள் எனக் கூறி அவர்களைக் கைது செய்து கொண்டு சென்று சித்திரவதை செய்கின்றார்கள். அழைத்துச் செல்லப்பட்டவர்கள் திரும்பி வருவார்கள் என்ற நம்பிக்கை எவருக்கும் இல்லை. எனவே மரணித் தவர்களின் உடல்களும் கிடைக்காமல் வாய்விட்டு அழவும் முடியாமல் சோகத்தை மனதுள் அடக்கிக் குமுறிக்கொண் டிருக்கிறார்கள். யாராவது இயற்கையாக இறந்தால் அந்தச் செத்த வீட்டில் சென்று தம் மனதில் அடக்கி வைத்த சோகத்தைக் கொட்டித் தீர்க்கிறார்கள். 1986இல் குருநக ரின் கடற்கரை வீதியில் முதலாவது செல் விழுந்ததில்

சிந்தத் தொடங்கிய அவர்களின் இரத்தம் இன்னமும் சிந்திக்கொண்டேயிருக்கிறது.

என்று நூலாசிரியர் கூறுவது ஓர் அயற்பண்பாட்டை ஓரத்தில் நின்று அவதானித்து எழுதும் மானிடவியலாளாரின் மனப்பதி வல்ல. தன் சொந்தப் பண்பாட்டை எழுத்து வடிவில் பதிவு செய்யும் மனசாட்சியுள்ள ஆய்வாளனின் உணர்ச்சி ததும்பும் பதிவாக அமைந்துள்ளது.

நூலின் நான்காவது பாகம் நூலின் பின்னிணைப்பு போல் அமைந்துள்ளது. குருநகரில் புழங்கும் தொழில் கலைச்சொற்கள், பழமொழிகள், மீனவர்களின் பெயர்கள், உறவு முறைச் சொற்கள் ஆகியனவற்றை நூலாசிரியர் அகராதி போன்று தொகுத்தளித் துள்ளார். இது ஒரு நல்ல ஆவணமாகும். பழமொழிகளைச் சற்று விளக்கியிருந்தால் இன்னும் சிறப்பாக அமைந்திருக்கும்.

யுத்தத்தால் சின்னாபின்னப்பட்டுப்போன ஒரு கடற்கரைச் சிற்றூரையும் அங்கு வாழும் மக்களின் வாழ்வியலையும் ஒரு வித ஏக்கத்துடன்தான் ஆசிரியர் பதிவு செய்துள்ளார். இப் பதிவை அவர் மேற்கொண்டிராவிட்டால் ஓர் ஊரின் வரலாறு உலகிற்குத் தெரியாமல் போயிருக்கும். அதற்காகக் குருநகரின் இன்றையத் தலைமுறையும் எதிர்காலத் தலைமுறையும் மட்டு மின்றி நாமும்கூட ஆசிரியருக்கு நன்றி சொல்லியாக வேண்டும். தென்தமிழ் நாட்டுக் கத்தோலிக்க மீனவர்களின் வாழ்வியலைப் பதிவு செய்ய விரும்புவோருக்கு இந்நூல் வழிகாட்டியாக அமையும் தன்மையது.

ஆ.சிவசுப்பிரமணியன்

தூத்துக்குடி,
அக்டோபர், *2011.*

பாகம் 1

வேரினைத் தேடி . . .

அதோ ஓயாது கடலலைகள் கொஞ்சி விளையாடும் நகரான குருநகர், யாழ்ப்பாணத்தின் மேற்குக் கரைப் பிரதேசத்தில் அமைந்துள்ளது. இவ்வூர் 'கரையூர்', 'குருவூர்' என்றும் அழைக்கப்படுவதுண்டு. இக் குருநகரின் இன்றைய வாழ்பரப்பு யாழ் மாநகரச் சபையின் எல்லைகளின்படி, வடக்கே யாழ் பிரதான வீதியையும், கிழக்கே புனித சம்பத்தரிசியார் கல்லூரியையும், மேற்கே மிக ஒடுங்கிய முதலாம் குறுக்குத் தெருவையும் தெற்கே கடலோரத்தினை யும் கொண்டதாக எம்முன் விரிந்து கிடக்கின்றது.

1720களில் ஒல்லாந்தர் கால வரைபடங்களின்படி 'கரையூர்' என்று அழைக்கப்பட்ட நிலப்பகுதி, மிகப் பெரிய அளவில் விரிந்த பகுதியாக, கிழக்கில் 'நல்லூரை யும்', தெற்கில் 'சுண்டிக்குளியையும்', வடகிழக்காக 'வண்ணார்பண்ணையையும்' கொண்டிருந்தது. இதுவே இன்று நாம் குறித்துக்கொள்ளும் முழு யாழ் நகரமுமாகும். இதனுள் 'பெரியகோயில்', 'குருமடம்', 'சம்பத்தரிசியார் கல்லூரி', 'திருக்குடும்பக் கன்னியர் மடம்', 'அடைக்கல மாதா கோவில்', 'யாழ் மத்திய கல்லூரி', 'நீதி மன்றம்', 'கோட்டை' ஆகியனவும் உள்ளடங்கியிருந்தன.[1]

யாழ்ப்பாணத்தின் பண்டைய வரலாற்றில் பாணன் ஒருவன் யாழ்பாடிப் பரிசுபெற்ற இடம் 'மணற்றிடர்' என அறியப்பட்டிருக்கிறது. அம்மணற்றிடரின் அமை விடத்தை, இன்றைய கரையூர், பாசையூர் என்று அழைக்கப்படுவதுமான இடம் என செ. இராசநாயகம் அவர்கள் தனது 'யாழ்ப்பாணச் சரித்திரம்' என்ற நூலில் குறிப்பிட்டுள்ளார்.[2] மேலும் அவர் "அவனும் (பாணன்)

குருநகர் வரைபடம்

அவன் குலத்தவரும் குடியேறிய இடமே யாழ்ப்பாணம் என அழைக்கப்பட்டது" எனவும் கூறுகிறார். இராசநாயக முதலியாரின் கூற்றுப்படியும் ஒல்லாந்தர் கால வரைபடங்களின் அடிப்படையிலும் இன்றைய யாழ்ப்பாணம் என்னும் பகுதியே கரையூர் என்ற பெயரினாலும் அழைக்கப்பட்டிருந்தது எனக் கருதவும் இடமுண்டு.

எது எப்படியிருந்த போதிலும், இன்று ஒரு குறிப்பிட்ட சமூக மக்களின் வாழ்நிலத்திற்குக் கரையூர் எனப் பெயர்

குறிப்பிடப்பட்டதிலும் அர்த்தம் இருக்கத்தான் செய்கிறது எனக் கருதவேண்டியுள்ளது. ஏனெனில் அந்த அர்த்தத்துக்குரிய வரலாற்றுச் சான்றுகளும் சிலரால் முன்வைக்கப்படுகின்றன. கரையார்களது பூர்வீக நாடு குரு – நிலம். இதுவே ஆதிச் சத்திரியர்களின் நிலம் என்று 'சூளாமணி' நிகண்டு குறிப்பிடு கின்றது. திரு. சைமன் காசிச் செட்டி தனது கசற்றியரில் இவர்களைப் பற்றி (கரையார்) நன்மையாகச் சொல்லா விட்டாலும் சூளாமணி நிகண்டு கூறுவதை (கரையார்களது பூர்வீக நாடு குரு – நிலம்) ஏற்றுக்கொள்கிறார்.[3]

இத்துடன் கரையார்கள் "யாழ்ப்பாணத்தின் சில பகுதி களில் தங்களைச் சூரிய குலத்தரசர் என அழைத்திருக்கின்றனர். தென்னிந்தியாவிலும் இலங்கையின் கிழக்கு மாகாணத்திலும் இவர்கள் கௌரவர்கள் என்றே அழைக்கப்படுகின்றனர்."[4]

இவர்களது பூர்வீகம் பற்றிப் பக்கச் சார்பற்ற பிரபல ஆய்வாளர் கியூ நெவில் *(Hugh Nevill)* போன்றவர்கள் "கரவ மக்கள் கௌரவர்களிடமிருந்து வேறுபட்டவர்கள். இவர்கள் (கரவ) தென்னிந்தியாவிலும் இலங்கையின் வடக்கிலுமிருந்து வந்த ஒரு இனத்தின் எச்சசொச்சங்களாக மதிக்கப்பட்டு, ஒரு தனித்துவம் கொண்ட, முக்கியத்துவம் வாய்ந்த இனமாகக் கருதப்பட வேண்டும். இவர்கள் எப்பொழுது இடம்பெயர்ந் தார்கள் எனத் தெரியவில்லை. கி.பி.10ஆம் நூற்றாண்டளவில் இவர்கள் பற்றிய குறிப்புகள் காணப்படுகின்றன. இவர்கள் தமிழர் மத்தியில் கரையார் என்றும், சிங்களவர் மத்தியில் 'கரவ' அல்லது 'கராவ' என்றும் அழைக்கப்படுபவர்கள். இலங்கையிலும் தென்னிந்தியாவிலும் இக் கரையார் அல்லது கரவர் வடக்கில் தம் இனத்தவரான மத்திய இந்தியாவின் கௌரவர்கள் போன்று *(Dolton)* மகாபாரதத்தில் தோற்கடிக்கப் பட்ட கௌரவர்களின் தாயகமாகிய குருரட்டவில் *(Kuru-Rata)* இருந்து நாடுகடத்தப்பட்டவர்களான குரு வம்சத்தின் அகதிகளின் பரம்பரை எனக் கூறிக்கொள்கின்றனர். இவ்விரு மரபுகளும் உண்மைக்கு முரணாக இல்லை."[5]

இலங்கையின் கரையார் மக்களின் சமூக கலாச்சாரங் களை ஆராய்ந்த எம்.டி.இராகவன் மகாபாரதத்துடனான இவர்களின் தொடர்பு பற்றி இவ்வாறு குறிப்பிடுகின்றார்; "கௌரவ, பாண்டவ யுத்தத்தில் தோற்கடிக்கப்பட்டுச் சிதறிப் போன கௌரவர்களின் வழித்தோன்றல்கள்தான் தாம் என்று இலங்கையிலுள்ள கரவ மக்கள் தம்மைக் கருதிக்கொள் கின்றனர்" எனக்கூறி நெவிலினது ஆதாரத்தையும் முன் வைக்கின்றார்.[6]

The following is a statement of the different Coats of Arms, and other honorary marks of distinction, belonging to some of the castes among the four principal tribes, translated from the Tamul Dictionary entitled "Nigandu sulamani".

Name of the castes	Original country	Garlands of flowers worn by each caste	Figures or Emblems inscribed on the flags
Piramaner	Kasi	Tamarei (*nymphoea nelumbo*)	Swan
Sheren	* * * *	Panei (*Tala, sansk*:)	Bow
Sholen	* * * *	Ati (*baubinia variegata*)	Tiger
Pandian	* * * *	Vembu (*melia azidaracta*)	Fish
Tana vaisyas	Kaveripumpatnam	Sirakam (*cumin*)	Lion
Pu vaisyas	Tondamandalam	Kuvalei (*the water lily*)	Ploughshare
Ko vaisyas	Twarakai	Tulasi (*ocymum sanclum*)	Kite
Madeipaliyar	Tevi	Tamarei (*nymphoea nelumbo*)	Bull
Maraver	Setu	Mullei (*jasminum grandiflorum*)	Kavi coloured flag
Paravas	Ayoti	Kadambu (*Kadamba*)	Peacock
Karreyas	Kuru	Kandel (*corypha taliera*)	Fish
Timiler	Sindu	Chenbakam (*michelia champaka*)	Red Bull
Mukiyer	Kosalum	Punnei (*calophyllum inophyllum*)	Swan
Pallivilli	Pannadei	Tondei(*Bimba,sansk*.)	Star
Kammaler	Mantei	Valliyam	Monkey
Kuraver	Kambai	Tamarei (*nymphoea nelumbo*)	Bow
Navider	Velligiri	Kondei (*Suvernaka*, sansk.)	Razor
Vannar	Valawe	Tumbei(*Drona*,sanks.)	White flag
Pareyer	Karuvur	Tamarei (*nymphoea nelumbo*)	White flag
Kaikoler	Kanjipuram	Kndambu	Cummin flower

235

சைமன் காசிச் செட்டியின் 'கசற்றியர்' நூலின் 235ஆம் பக்கம்

நெவில் தனது கருத்துக்குச் சான்று காட்டும் முக்கியச் சுவடி 'முக்கறு கற்றன' (*Mukkru Hatana*)வாகும். சிங்கள மொழியிலுள்ள இச் சுவடி "7740 வீரர்கள் கொண்ட கரவ சேனை, கொறமண்டல் என்று அழைக்கப்படும் காஞ்சிபுரம், காவிரிப்பூம் பட்டினம், கீழக்கரை ஆகிய குருகுலப் பிரதேசங்களிலிருந்து வந்ததையும், இவர்கள் முக்குவரையும் துலுக்கரையும் போராடி வென்றனர் என்பதையும் விபரிக்கின்றது. கோட்டை இராசதானியின் அரசன் ஆறாவது பராக்கிரமபாகுவே (1412 – 1467) இவர்களை அழைத்தான் என்றும் இவர்கள் எவ்வம்சத் தவர் என விசாரித்து அறிந்து சந்தோசமடைந்து, நீர்க் கொழும்பில் அவர்களுக்குப் பல வீதிகளையும் வசிப்பிடமாகக் கொடுத்து, அவர்களது கடற்படைப் பிரயாணத்திற்கும் பதினெட்டுத் துறைமுகங்களையும் வரியின்றிக் கொடுத்ததாகப் பிரிட்டோவின் 'யாழ்ப்பாணச் சரித்திரம் கூறுகின்றது. அரச முத்திரையாகிய சூரிய, சந்திரக் கொடியையும் அவர்களின் வழித்தோன்றல்கள் இன்றும் பாவிக்கும் 'மகரக்'கொடியையும் ஆறாவது பராக்கிரமபாகு மன்னனே அளித்தான். இவ்வாறு இச்சேனையின் தலைவர்களாக வச்சநாட்டுத்தேவர், குருநாட்டுத் தேவர், மாணிக்கத்தலைவன், ஆதி அரச ஆதப்ப உன்னகே, குருகுல சூரிய முதியான்சே, அரசகுல முதியான்சே எனப் பலர் அறியப்படுகிறார்கள். இவர்களது பெயர்கள் இவர்களது மூதாதையரையே சுட்டுகின்றன."[7] அத்தோடு "கௌரவர்கள் குருகுலம், வருணகுலம், பரதகுலம், அரசகுலம், மிகிதுகுலம், மனுகுலம் என்று பல சிறிய குழுக்களாகப் பிரிக்கப்பட்டனர்"[8] என்ற கூற்றினையும் நாம் கவனத்தில்கொள்ள வேண்டும்.

சோழப் பேரசன் வீர இராசேந்திரனின் (1062 –1067) இலங்கை மீதான படையெடுப்பைப்பற்றிக் கூறும் "திருமுக் கூடல்" கல்வெட்டில், சிங்கள இராணுவத்தின் வீழ்ச்சியையும் அதில் தங்கக் கால்வளை அணிந்த குருகுலத்தராயன் வீழ்ந்து மடிந்ததும் கூறப்பட்டுள்ளது.[9] இச் சம்பவத்தினைக் கலாநிதி கா. இந்திரபாலாவும் தமது 'இலங்கையில் தமிழர் – ஓர் இனக் குழு ஆக்கம் பெற்ற வரலாறு'[10] என்ற நூலில் குறிப்பிட்டுள் ளார். இக் கல்வெட்டுப் பற்றி கே.ஏ. நீலகண்ட சாஸ்திரி குறிப்பிடுகையில் "இக் காலக்கட்டத்தில் தமிழ்நாட்டில் பல குருகுல இராசாக்கள் காணப்பட்டுள்ளனர் என்றும் இவர் களுடன் கரவர்கள் சந்தேகத்திற்கு இடமின்றி நெருங்கிய தொடர்பு கொண்டிருந்தனர் என்றும் கூறுகின்றார்."[11]

"யாழ்ப்பாணம், மட்டக்களப்பு, திரிகோணமலை, மாதோட்டம், முல்லைத்தீவு ஆகிய மாவட்டங்களில் வாழு கின்ற கரையார்கள் அல்லது கரவ மக்கள் தங்களைக் குருகுலம்

என்றே அழைத்துக்கொள்கின்றனர். இவர்களின் வரலாறு பல காரணங்களின் நிமித்தம் மங்கிக் கிடக்கின்றது. இவர்களைப் பற்றிய தகவல்களை எல்லாம் இவர்களுக்கு எதிரானவர்களிடமிருந்தே எடுக்க வேண்டியுள்ளது. இவர்கள் சார்ந்த மரபுகள் இவர்களைப்பற்றி எழுதுபவர்களாலேயே இன்னும் ஆழமாக ஆய்வு செய்யப்படவில்லை"[12] என்கிறார் அருட்திரு அன்ரனைனஸ் அடிகள்.

'குருமண்டலக் கரைகளின் பட்டினங்களான காவிரிப்பூம் பட்டினம், தஞ்சாவூர், கீழக்கரை ஆகிய இடங்களிலிருந்தே தாங்கள் வந்ததாக யாழ்ப்பாணக் குருகுலத்தவரிடையே நிலவுகின்ற மரபு சொல்கின்றது. தமிழ், சிங்கள அரசர்களின் காலத்தில் தங்கள் குருகுல, வருணகுலப் படைத் தளபதிகளால் போர் வீரர்களாகக் கொண்டுவரப்பட்டவர்கள்'[13] என இம்மக்கள் கருதுகின்றனர். இத்துடன் 'யாழ்ப்பாணத்துச் சங்கிலி மன்னனுக்கு உதவியாகத் தஞ்சாவூர் நாயக்க மன்னனால் அனுப்பப்பட்ட வருணகுலத்தான் தலைமையில் 5000 போர் வீரர்கள் கொண்டுவரப்பட்டனர்'[14] என அறிய முடிகிறது. 'வருணகுலத்தான் என்னும் கரையாரத் தலைவன் பாரிய தமிழ்ப் படையுடன்'[15] வந்ததாக இராசநாயகம் முதலியாரின் கூற்றும் இதனை உறுதிப்படுத்துகிறது.

மேலும் 'வருணகுலம்', 'குருகுலம்' அல்லது 'வருணகுலத்தான்' குருகுலத்தான்' என்னும் பெயர்கள் இவர்களையே (கரையார்) சுட்டுகிறது. உதாரணமாக இலங்கையில் வழங்கி வரும் 'கண்ணகி வழக்குரை' நூலில் கண்ணகியின் காற்சிலம்பில் பதிக்கக்கூடிய நாகமணியை, தென் திசையிலுள்ள நாகத்தீவிலிருந்து கொண்டுவரக்கூடியவன் 'மீகாமனே' எனத் தீர்மானிக்கப் பட்டபின், அவனைப்பற்றி இவ்வாறு கூறப்படுகிறது:

கூட்டிவந்தான் வருணர்தமைக் குறையறுத்துக் கரைநீளம்
வாட்டமற வைத்தநாளின் வழங்கியபோ் கரையார்காண்
பாட்டிலவர் தம்பெருமை பகரவினித் தொலையாது
தீட்டுபுகழ் மீகாமன் சிறந்தமர பெனவுரைத்தார்.

இத்துடன் பரதர் தெருவிலே வசித்துவந்த மீகாமனை அழைத்து வந்த செய்தி,

எல்லை யில்லாப் புகழ்பரதர் இருக்குமந்தத் தெருப்புகுந்து
மல்லையொத்த புயத்தானே வருணகுலத் துதித்தோனே[16]

என்ற வரிகளில் குறிக்கப்படுகிறது.

"யாழ்ப்பாண இராச்சியத்தின் மேல் அதிகாரம் கொண்டிருந்த தஞ்சாவூர் நாயக்க மன்னர், யாழ்ப்பாணத்தைப்

போத்துக்கீசரிடமிருந்து மீளக் கைப்பற்றி, அதன் கவர்னரும் வைஸ்ரோயிமாயும் இருக்க ஒருவரை அனுப்பிவைத்ததாக குவெய்றோஸ் அடிகளார் குறிப்பிடுகிறார். இதற்கு முன்னும் பின்னும் குருகுலப் படைத்தளபதிகளினால் நெறிப்புடுத்தப் பட்ட படையினர் யாழ்ப்பாணத்திற்கு வந்தனர் என்றும் யாழ்ப்பாணத்திலுள்ள குருகுலத்தைச் சேர்ந்தவர்கள் மேற் குறிப்பிட்ட படையினர் அல்லது குடியேற்றவாசிகளின் உறவினர்கள் அல்லது வழித்தோன்றல்கள் எனத் தம்மைக் கூறிக்கொள்கின்றனர்."[17]

இதுதவிர, யாழ்ப்பாணத்தின் சமூக அமைப்பை ஆராய்ந்த டி.எம். இராசநாயகம் அவர்கள் கரையாரச் சமூகத்தைக் குருகுலத்தார் *(The Kurukulathar)* என்ற தலைப்பின் கீழேயே விபரிக்கின்றார்.[18]

*1790*இல், அதாவது ஒல்லாந்தர் காலத்தில், யாழ்ப்பாணக் கொஞ்செஞ்சி மாதா (இன்றைய குருநகரின் எல்லைக்குள் இருக்கும் பெரிய கோவில். இது *St.Mary's Cathedral* எனவும் அழைக்கப்படுவதுண்டு) பரிபாலன சபை ஒன்று உருவாக்கப் பட்டது. இக்குழுவினரின் முதல் பெயர் குருகுலச் சூரிய முதலியார் என்றும் எட்டாவது மார்க்கு வருணகுல ஆதித்தன் என்றும் குறிப்பிடப்பட்டிருக்கிறது.[19]

குருநகர் டேவிற் றோட்டில் வசித்த குருகுலத்தவரான எம்.ஜேம்ஸ் இராசையாவின் கையிருப்பில், *1819*இல் அவருடைய முப்பாட்டனாருக்குக் கொடுக்கப்பட்டிருந்த மூன்று மூல அத்தாட்சிப் பத்திரங்களுள் 'சத்திரிய' என்ற பதமும் அவரது

CERTIFICATE OF REGISTRATION OF SLAVE

பெயரோடு சேர்த்து எழுதப்பட்டுள்ளதைக் காணலாம். அதில் 'பஸ்தியாம்பிள்ளை கொன்ஸ்ரன்ரைன் சத்திரியா, யாழ்ப் பாணப் பட்டணம்' என்று எழுதப்பட்டுள்ளது. இது இவர் அடிமைகள் வைத்திருக்கலாம் என்பதை உறுதிப்படுத்தும் ஆவணமாகும்.[20]

ஆறாம் பராக்கிரமபாகு இக் குருகுலத்தவர்க்கு அவர் களது வம்சக்கொடியாகிய மகரக்கொடியையும் அளித்தான் என்று முன்னர் குறிப்பிட்டிருந்தோம். மகரம் என்பது யானை யின் தந்தத்தையும், சிங்கத்தின் கால்களையும், பன்றியின் காதையும், மீனின் உடலையும், வெளித்தெரியும் பற்களையும், குரங்கின் கண்களையும், அழகான தோகையையும் கொண்ட ஒரு கடற் பிராணியாகும். அது பிரபஞ்சம் தழுவிய ஆற்றலின் குறியீடாக அடையாளப்படுத்துகிறது. மீன் ஒரு அரச அடை யாளமாகும். விஷ்ணு புராணத்தில் குருநாடு என்பது கங்கை நதிக்கும் யமுனா நதிக்கும் இடையிலுள்ள நிலமாகும். இது மீன் வடிவத்தில் உள்ளது. இதுவே கௌரவர்களின் வேதகால இருப்பிடமாகும்.

வட இந்தியாவின் குரு வம்சத்தோடு உறவுகொண்ட தென்னிந்தியப் பாண்டவ அரசர்கள் மகரத்தை தமது

மகரம்

அடையாளமாகக் கொண்டதனால்தான், மீனவன் என அழைக்கப்பட்டனர். மணிப்புற (*Manipura*) அரசின் குருகுல அரசனான அதித்தி (*Aditti*) கங்கை மாதாவின் கரைகளில் வசிக்கும் நம் எல்லோருக்கும் மகரம் எங்கள் குருகுல வம்சத்தின் அடையாளம் அல்லவோ (வலைவீசு புராணம்)[21] எனக் குறிப்பிடப்பட்டுள்ளது.

“ஏதோ ஒரு வேர் எங்கோ ஓடிக்கிடக்கிறது. கடற்கரைக்கும் அரச மரபிற்குமான ஒரு தொடர்பு. அது வலைவீசிய திருவிளையாடலாகப் பின்னால் வருகிறது. அடுத்து மூன்று நூற்றாண்டுகள் கழித்துக் கிறிஸ்தவர்களாக மாறியவர்கள், தங்கள் வரலாற்றை வலைவீசி மீன்பிடித்த திருவிளையாடலோடு தொடர்புபடுத்திக்கொள்கிறார்கள்” எனத் திரு தொ. பரமசிவன் குறிப்பிடுகிறார்.[22] அத்துடன் கெறாஸ் அடிகளாரின் கூற்றையும் நாம் கவனத்தில் கொள்ள வேண்டும். “மொஹஞ்சதாரோவின் களிமண் முத்திரையில் காணப்படும் மீன்களும் சந்திரனும் அவர்களின் மூதாதையரான பாண்டிய அரசனையும் கரையோரப் பரவ மக்களையும் குறிப்பதாகும். அங்குக் காணப்படும் திராவிடர்களின் எட்டு நட்சத்திர அடையாளங்களுள் நண்டு, இருசோடி மீன்கள், மகரம் ஆகியன இடம்பெறுகின்றன. இந்தச் சந்திர வம்சத்தின் பெண்கள் அணியும் காதணிகள் மக்ர வடிவத்திலேயே இருந்தன. இவ்வகைக் காதணிகளை ‘மகரகுண்டலம்’ என்றும் அல்லது ‘றுக்கமணி’ என்றும் அழைத்தனர்.”[23]

இன்றும் குருநகர் மக்கள் தமது வம்சக் கொடியாக மகரக் கொடியையே கொண்டுள்ளனர். இம்மக்களுக்குரிய பங்குக் கோவிலான புனித யாகப்பர் ஆலயத்தின் குருமனையில் இக்கோவிலின் பங்குக் குருவானவராயிருந்த மறுவோ (*Mauroit*) அடிகளாரின் வரையப்பட்ட உருவப்படத்தின் பின்னணியில் ஒரு மகரக் கொடியின் உருவம் பொறிக்கப்பட்டிருந்தது. இச்சின்னத்தைப் புனித யாகப்பர் ஆலயத்தின் முகப்பிலும், குருநகர் கலையரங்கத்தின் முகப்பிலும் இன்றும் காணலாம். இதுதவிரக் குருநகர் பெண்கள் தமக்கிடையில் எழும் சண்டைகளின் பொழுது தத்தம் மார்பில் அடித்துக் கொண்டு ‘நான் குருகுல இராசாத்தி’ எனக் கூறிக்கொள்வதை இன்றும் கேட்கக்கூடியதாகவே இருக்கிறது. அதேவேளை இலங்கையின் பல பகுதிகளிலும் வசிக்கும் இக் கரையார்கள் தங்களைக் குருகுலவம்சம் என அழைத்துக்கொள்வதை இன்றும் காணலாம்.

குறிப்புகள்

1. Brohier, R.L. & Paulusz . J.H, *Land, maps and surveys – Earliest Duch Topographical Map* (Colombo, Surveyor General's Office, 1951) p.142, quoted in Rew. Dr. A.J.B. Antoninus. O.M.I, *Who are the Kurukulam of Jaffna* (Jaffna, Neo Cultural Council, Jaffna, Sri Lanka, 2005) p9

2. செ. இராசநாயகம் முதலியார் *யாழ்ப்பாணச் சரித்திரம்* (புதுதில்லி – சென்னை, ஏசியன் எடுகேசனல் சர்வீஸ் 1999), பக்.30

3. Simon Casie Chitty, *Gazeteer* p235 . Quoted in Rev; Dr. A.J.B. Antoninus.O.I.M, (*Who are the kurukulam of Jaffna*) p.7

4. Ibid p.7

5. Ibid p.4 (Oriental studies 11.9)

6. M.D..Ragavan *The Karava of Ceylon* (Society and Culture) (Colombo , K.V.G.De,silva & son's ,1961) p.4

7. Ibid p.8

8. Ibid p.5

9. D,M. Rasanagaiam *Jaffna Tamils – Tamil Culture in Ceylon* (Colombo.4 , Kalai Nilayam Ltd, Santham) p.138

10. (cf.Epigraphia Ineica vol.xx1, part 5, no.38, pp220-250 and South Indian Inscriptions vol.v11 p35no.126, 1933)

    கா. இந்திரபாலா, *இலங்கையில் தமிழர் ஆக்கம் பெற்ற வரலாறு பொ.ஆ.மு. 300 பொ.ஆ.மு. 1200.* . (சென்னை, கொழும்பு, குமரன் புத்தக இல்லம். 2006) பக்.283

11. Ibid.p5 (Cf.Bulletin of the Institute of traditional culture university of Madras unesco, Madras part.1.1961) P.5

12. Rev.Dr.A.J.B. Antoninus. O.M.I. *Who are the Kurukulam of Jaffna* (Jaffna, Neo Cultural Council, Jaffna, Sri Lanka) p9

13. Ibid.p7

14. செ. இராசநாயகம் *யாழ்ப்பாணச் சரித்திரம்* பக்.124

15. Ibid.p.125

16. வி.சி. கந்தையா. *கண்ணகி வழக்குரை (சுன்னாகம் 1968)* மேற்கோள், கலாநிதி சி.க. சிற்றம்பலம் *யாழ்ப்பாணம் – தொன்மை வரலாறு. (யாழ்ப்பாணப் பல்கலைக்கழக வெளியீடு திருநெல்வேலி, 1993) பக்.133*

17. Rev.fr.F.J.Stanislaus 'Catholicism and Kurunagar'

புனித யாகப்பர் ஆலய 125ஆவது ஆண்டு மலர், இ.டோறஸ், டேமியன், சூரி, வி.ஜே. கொன்ஸ்ரன்ரைன் (யாழ்ப்பாணம், புனித யாகப்பர் ஆலயம், 1986) பக்.83

18. D.M.Rasanagaiam *Jaffna Tamils* p.137

19. (Cf.The first centenary Jaffna Cathedral.p.5) Quoted in Rev. Dr. A.J.B. Antoninus. O.M.I. *Who are the Kurukulams of Jaffna.* p7

20. Ibid.p12.

21. *Ibid.p 12-13*

22. தொ. பரமசிவன் *(குங்குமம் வார இதழ் 19.02.2006)*

23. Rev. Dr. A.J.B. Antoninus. O.M.I *Who are the kurukulams of Jaffna* p6 (op cit. pp. 287-288)

❖

சுவடுகளை நோக்கி

இலங்கையில் குருகுலத்தவர் எனத் தம்மைக் கூறிக்கொள்ளும் இச்சமூகத்தினரைப் பல்வேறு வரலாற்று ஆசிரியர்கள் தமது வரலாற்றுக் குறிப்புகளில் குருகுலம், கரையார், கரவ, பரதவர் எனப் பல பெயர்களால் குறிப்பிடுகின்றார்கள்.

இச்சமூகத்தவர் பற்றி, பண்டைய யாழ்ப்பாண வரலாற்றைக் கூறும் நூல்களான வையாபுரி ஐயரின் 'வையாபாடல்', மாதகல் மயில்வாகனப் புலவரின் 'யாழ்ப்பாண வைபவ மாலை', ஆ. முத்துத்தம்பிப் புலவரின் 'யாழ்ப்பாணச் சரித்திரம்', ஆகிய நூல்களிலும் பார்க்க செ. இராசநாயகம் முதலியாரின் 'யாழ்ப்பாணச் சரித்திரம்' என்ற நூலிலேயே இக் கரையார மக்களின் தொழில்சார்ந்த குறிப்புகள் அதிகம் காணப்படுகின்றன.

மிகப் பழைய நூலான வையாபுரி ஐயரின் 'வையா பாடலில்' 'வருணகுலத் தார்மலைய கத்தார்' என 60ஆவது பாடலிலும் 'தாவறுசீர் வசியர்கரை யார்கள்' என 77ஆவது பாடலிலும் 'கவுறுமனக் கணிகையர்கள் நட்டுவாத் தியகாரர் கரையூரானோர்' என 95ஆவது பாடலிலும் காணப்படுகின்றனவே தவிர அவர்கள் தொழில்சார்ந்த குறிப்புகள் எதுவும் காணப்படவில்லை. ஆயினும் இக் குருகுலத்தவர்கள் போரில் வல்ல ஒரு சமூகமாகக் கருதப்படுவதால் இவர்கள் சார்ந்த குறிப்பு கள் இலங்கை வரலாற்றில் கண்டுகொள்ளக் கூடிய தாகவே இருக்கின்றன.

கொழும்பு தேசிய அருங்காட்சியகத்தில் "கரவர் களின் பெயர் பொறித்த வாள் ஒன்றில் 'குருவீர' என்ற பெயர் காணப்படுகின்றது"[1] என எம்.டி. இராசநாயகம்

தனது 'Jaffna Tamils' நூலில் குறிப்பிடுகிறார். மேலும் அவர் "சோழ அரசன் வீர இராசேந்திரனின் இலங்கை மீதான படையெடுப்பைப் பற்றிக் கூறும் 'திருமுக்கூடல்' கல்வெட்டில் சிங்கள இராணுவத்தின் வீழ்ச்சியையும் அதில் தங்கக் கால் வளை *(Anklet)* அணிந்த குருகுலத்தராயன் வீழ்ந்து மடிந்ததும் கூறப்பட்டுள்ளது."[2] இச்சம்பவத்தினை வரலாற்றுத்துறைப் பேராசிரியர் கலாநிதி கா. இந்திரபாலாவும் தனது 'இலங்கை யில் தமிழர்' என்ற நூலில் 1067இல் பொறிக்கப்பட்ட சோழர் கல்வெட்டு ஒன்றின்மூலம் உறுதிப்படுத்துகிறார். அதில் அவர் "வீர இராசேந்திரன் படைகளுக்கு எதிராக, விஜயபாகு போராடியபோது, அவன் பக்கத்தில் படைத் தளபதியாகப் போர் நடத்தி, குருகுலத்தராயன் என்பான் உயிரிழந்தான்"[3] எனக் குறிப்பிட்டுள்ளார். இரண்டு குறிப்புகளிலும் கா. இந்திர பாலாவின் குறிப்பிலேயே குருகுலத்தராயன் படைத்தளபதியாக இருந்தான் என அறிய முடிகிறது.

இத்துடன், போத்துக்கீசரை எதிர்த்து யாழ்ப்பாண மன்னன் சங்கிலி போராடியபோது, அவனுக்கு உதவியாகத் தஞ்சாவூரிலிருந்து படைகொண்டு வந்த வருணகுலத்தான் பற்றிய குறிப்புகளில் அவன் எச் சமூகப் பிரிவைச் சேர்ந்தவன் என்பதை செ. இராசநாயகமே தெளிவாக்குகின்றார். "சிறிது நேரத்தில் வருணகுலத்தான் என்னும் கரையாரத் தலைவன் பாரிய தமிழ்ப் படையுடன் வந்தெதிர்க்க அவர்களையும் ஒலிவேரா *(Philip de Oliveira)* சின்னாபின்னமாக்கி ஓடச் செய்தான்"[4] எனக் குறிப்பிடுகின்றார்.

மேற்குறிப்பிட்ட குறிப்புக்கள், இவர்கள் போர்த் தொழிலில் வகித்த பதவிகளை மிகத் தெளிவாக வெளிப்படுத்துகின்றன. பின்னர் ஒல்லாந்தர் ஆட்சிக் காலத்தில் சில உயர் பதவி களையும் இவர்களில் சிலர் வகித்திருக்கிறார்கள் என்பதற் கான பதிவுகளும் பரவலாகக் காணப்படுகின்றன.

"ஒல்லாந்தர் காலத்தில், 1790இல் வருணகுலசூரிய அரச நிலயித்த தியோகு முதலியார் மிக உயர்ந்த பதவியாகிய 'றெஸ்பதோர்' *(Respadore)* பதவியை வகித்ததற்குச் சான்றுகள் உள்ளன."[5] இது தவிர "ஒல்லாந்தர் அரசு செய்யத் தொடங்கிய போது, அரசிறைப் பகுதிக்கு அதிகாரியாக வேளாண்டலைவ னாகிய பூதத்தம்பி முதலியையும், நிருபப் பகுதிக்கு அதிகாரி யாகக் கரையார் தலைவன் (குருகுலத்தலைவன்) ஆகிய மனுவல் அந்திராசியையும் நியமித்து அவனுக்குப் பறங்கிக்காரர் போல் முதலிப்பட்டமளித்தார்கள்"[6] என முத்துத்தம்பிப் பிள்ளை தனது 'யாழ்ப்பாணச் சரித்திரத்தில்' குறிப்பிடுகின்றார்.

இவற்றுடன் இவர்கள் வணிகத்திலும் ஈடுபட்டதற்கான ஆதாரத்தினைப் பழைய கல்வெட்டு ஒன்றின்மூலம் வரலாற்றுத் துறைப் பேராசிரியர் சி.க. சிற்றம்பலம் உறுதிப்படுத்துகிறார். "கரையார் மீன் பிடித்தலோடு வாணிபத்திலும் ஈடுபட்டிருந்த னர். இதனை உறுதிப்படுத்துவதாகக் காணப்படுவதுதான் பண்டைய ஈழத்தின் தலைநகராகவுள்ள அநுராதபுரத்தில் காணப்படும் தமிழ் வணிகர்களின் கல்வெட்டாகும். இக் கல்வெட்டு இவர்கள் தங்கியிருந்து தமது வாணிப நடவடிக்கை களில் ஈடுபடுவதற்கு அமைக்கப்பட்ட கட்டிடத்திலேயே காணப்படுகிறது. துரதிஷ்டவசமாக இக் கட்டிடத்தின் மேற் பகுதிகள் மரத்தினால் அமைந்திருந்ததாற்போலும் அழிந்து விட்டன. எனினும் இவ் வணிகக் கூட்டத்தினர் தமது அந்தஸ் துக்கு ஏற்ற முறையில் அமர்வதற்கான இருக்கைகள் கருங்கற் பாறையில் வெட்டப்பட்டு அவற்றின்கீழே அவர்களது பெயர் களும் பொறிக்கப்பட்டுள்ளன. இத்தகைய பெயர்கள் இவ்வணிகர் கள் பௌத்த மதத்தைத் தழுவியதை எடுத்துக்காட்டுகின்றன. எனினும் எல்லா இருக்கைகளிலும் மேலாக உயரத்தில் காணப் படும் இருக்கையில் 'நவிக கராவஹ' கப்பலோட்டியான கரையானுடைய (இருக்கை) எனப் பொருள்தரும் வாசகம் காணப்படுகின்றது. இவ் வாணிபக் குழுவின் தலைவனாக இவன் காணப்பட்டதனால்தான் இவனது இருக்கை எல்லோரது இருக்கைகளையும்விட உயர்ந்து காணப்பட்டது."[7]

இது தவிரவும், இச் சமூகத்தினர் யானை பிடித்தல், யானைகளைப் பழக்கி அரசாட்சியாருக்குக் கொடுத்தல் ஆகிய தொழில்களிலும் ஈடுபட்டிருந்தனர். போத்துக்கீசர் காலத்தில், 1645இல் யானைகளும் வரியாகக் கொடுக்கப்பட்டுக் கொண்டிருந்தன. வருடாவருடம் இரண்டு கொம்பன் யானை கள், நான்கு கொம்பில்லாத யானைகள் எனக் கொடுக்கப்பட வேண்டியிருந்தது. "வேளாளர் யானை பிடிக்கும் தொழிலைக் கொண்டிராததால், அவர்கள் சங்கத்தார் வயலில் இருந்த கரையார விதானைக்குச் செலவு கொடுத்துப் பிடிப்பித்தார் கள்.[8] அனேகம் யானைகள் வசப்படுத்திப் பழக்குமுன் கொடுக்கப்பட்டதால் பெற்ற சில நாளையில் இறந்து போவதைக் கருதி 'முகாவில்' என்னும் இடத்தில் யானைக் கொட்டி லொன்று கட்டி, கரையார விதானையிடத்தில் ஆறு பழகிய யானைகளை ஒப்புக்கொடுத்துப் பிடிபட்ட யானைகளைப் பழக்கவும், கொட்டிலில் எட்டு நாள்வரை தங்கிய பின்னரே அரசாட்சியாருக்குக் கொடுக்கப்பட வேண்டுமென்றும் கட்டளை யிடப்பட்டன.[9]

இத்துடன் முத்துக் குளித்தலும் மரவியாபாரமும் இவர் களின் தொழிலாகவும் இருந்தது. "முத்துக் குளிக்குமுன் வீதோர் *(Vedor)* உடைய கட்டளைப்படி பரவருடைய பட்டங்கட்டிகள் இரண்டு தோணிகளுடனும் கரையாரத் தலைவன் இரண்டு தோணிகளுடனும் பாக்றருங் காரியதரிசியும் சேர்ந்து புரட்டாதி மாதத்தில் சலாபம் சென்று சிப்பிப் பார்களைப் பரிசோதித்துக் குளிக்கவேண்டிய இடங்களில் மிதப்புக்கள் அமைத்து வீடுகள் கட்டவுங் கோயில் கட்டவும் இடங்களை நியமிப்பார்கள்"[10] என்றும் அறியமுடிகிறது.

இத்துடன் இவர்களில் சிலர் 'பட்டங்கட்டிகளாகவும்' இருந்திருக்கிறார்கள். பட்டங்கட்டி என்பதுபற்றிப் "பாண்டிய அரச வம்சத்தின் கடைசி அரசனான விக்கிரம பாண்டியன் கிறிஸ்தவனாக மாறியபின் கொச்சினிலுள்ள போத்துக்கீச ரிடம் அவர்கள் வாக்களித்ததன்படி அவர்களிடமிருந்து உதவி கிடைப்பதை உறுதிப்படுத்தும் பொருட்டு, தனது பட்டங் கட்டிகளை அல்லது தூதர்களை அனுப்பினான். கொழும்பில் இப்பெயர் சிங்களவர் மத்தியில் 'பட்டபெந்தி' என அழைக்கப் படுகின்றது. இது நீண்ட காலமாகக் கௌரவ வம்சத்தின் தலைவனுக்கு வழங்கிவரும் பெயராகும். மாதோட்டப்பகுதி யில் பட்டங்கட்டி என்ற பெயர் குருகுல மக்கள் மத்தியில் நீண்ட காலங்களாக வழக்கிலிருந்து வருகிறது.[11] பட்டங்கட்டி என்பது "கடற்றொழில் புரியும் சமூகத்தவரின் தலைமைக் காரருக்குரிய பட்டப்பெயர். இது சிங்களத்தில் பட்டபெந்தி எனவும் வழங்கும் என்கிறார் கலாநிதி சி. பத்மநாதன்.[12] குருநகர் மக்களின் கத்தோலிக்க மதமாற்றத்தின்போது "அரச பரம்பரையில் தொடர்புடைய இருபது குருமார்களும் ஒன்பது கிராமங்களின் பட்டங்கட்டிமாரும் சமூகமளித்திருந்தனர்"[13] என்றும் ஒரு சான்று கூறுகிறது.

மேற்குறிப்பிட்ட தொழில் முறைகள், ஆங்கில ஆட்சியில் ஏற்பட்ட அரசியல் சமூக மாற்றங்களினால் பாரிய மாற்றங் களுக்கு உள்ளாயின.

"1905ஆம் ஆண்டு யாழ்ப்பாணத்திற்குப் புகையிரதத்தின் வருகையோடு இவர்கள் கடல் வியாபாரம் வீழ்ச்சி அடைந் தது. மோட்டார் வாகனங்களின் வருகையோடு எஞ்சியிருந்த வாய்ப்புக்களும் முற்றுப்பெற, வேறு தொழில்களை இவர்கள் நாடவேண்டியதாக இருந்தது. சுவாமி எஸ். ஞானப்பிரகாசர் குறிப்பிடுவது போன்று அவர்களில் வறியவராயுள்ளோர், வருவாயுள்ள தொழில் இன்மையால் மீன் பிடியைத் தொழி லாகக் கொண்டனர். யாழ்ப்பாணத்திலிருந்து வெளியான

'பாதுகாவலன்' என்ற கத்தோலிக்கச் சஞ்சிகை 1921ஆம் ஆண்டு ஏப்ரல் 30ஆம் திகதி சொல்வது போன்று "பண்டைய சத்திரியர்களே போர்க்காலத்தைத் தவிர்ந்த ஏனைய நாட்களில் தங்கள் சாதாரணத் தொழிலாக மீன்பிடித்தலை வைத்திருக்கலாம். வேட்டையாடுதல் போன்று மீன்பிடித்தலும் பண்டைய காலங்களில் அரச பொழுதுபோக்காகவே கணிக்கப் பட்டது. போர் வீரர்கள் பரம்பரையினர் வீர மனநிலைக்கு ஒத்ததாகவே கடற்றொழிலும் கருதப்பட்டது. இவர்களின் தலைவர்களும் தளபதிகளும் முதலியார்கள், அதிகாரிகள், கப்பலோட்டும் வணிகர்களாக மாற, இவர்களில் ஏனையோர் மீன்பிடித்தலைத் தொழிலாகக் கொண்டனர்."[14]

சத்திரியர்களின் போர்க்களத்திற்கு நிகரான வேட்டை யாடுதலை மீன்பிடித்தலோடு ஒப்பீடு செய்துகொண்டாலும் ஆங்கில ஆட்சியின் மாற்றங்களுக்குப் பின்னரான சூழ்நிலை களில் இவர்களின் ஜீவாதாரத்திற்கு முக்கியமாய்க் கைக்கெட்டிய தூரத்தில் இருந்தது கடல்சார்ந்த தொழிலேயாகும். அத்துடன் அது அவர்கள் மனநிலைக்கு ஏற்ப ஒரு சுதந்திரமான தொழிலாக வும் அவர்களுக்கு அமைந்திருந்தது.

குறிப்புகள்

1. Ct.J.R. AS.(CB), Vol.XXI,Part 5, No.56, 388-339, 447-449

   (Quoted in Dr. D.M.Rasanagaiam. *Jaffna Tamils- Tamil Culture In Ceylon* - Colombo-4 Kalai Nilayam Ltd, Shantham. 19, Milagiriya Avenue), p.138

2. Ipid.p.(ct.Epigraphia Indica vol XXI, part 5, no.38. pp 220-225, and south Indian Incriptions vol VII p 53, no.126, 1933), p.138

3. கா. இந்திரபாலா, *இலங்கையில் தமிழர் – ஒரு இனக்குழு ஆக்கம் பெற்ற வரலாறு* – (சென்னை, கொழும்பு, குமரன் புத்தக இல்லம், *2006*), பக். *283*.

4. செ. இராசநாயகம், *யாழ்ப்பாணச் சரித்திரம்*, (புதுதில்லி, சென்னை, ஏசியன் எடுகேஷனல் சர்வீசஸ், *1999*), பக். *125*

5. Rev. Dr. A.J.B.Antoninus. O.M.I. *Who are the kurukulams of Jaffna* (Jaffna, Neo Cultural Council, 2005) p.7

6. ஆ. முத்துத்தம்பிப் பிள்ளை, *யாழ்ப்பாணச் சரித்திரம்*, (இரண்டாம் பதிப்பு, புதுதில்லி. சென்னை, ஏசியன் எடுகேஷனல் சர்வீசஸ், *2001*), பக். *82 – 83*.

7. சி.க. சிற்றம்பலம், எம்.ஏ.,பி.எச்.டி தலைவர், வரலாற்றுத் துறை, *யாழ்ப்பாணத் தொன்மை வரலாறு* (யாழ் பல்கலைக்கழக வெளியீடு, *1993)* பக். *137 – 138*

8. செ. இராசநாயகம், *யாழ்ப்பாணச் சரித்திரம்,* (புதுதில்லி, சென்னை, ஏசியன் எடுகேஷனல் சர்வீஸ் *2001),* பக். *154.*

9. மே.கூ.நூல். பக். *154*

10. மே.கூ.நூல் பக். *157*

11. Feranando. H.F.&F Rev. *A Dip into the past* (quoted in Fr. Stanislaus, *Catholicism and kurunager* (புனித யாகப்பர் ஆலய *125*ஆவது ஆண்டுமலர், *1986.)* (புனித யாகப்பர் ஆலயம், *1986)* பக். *111*

12. சி. பத்மநாதன், *இலங்கைத் தமிழர் தேச வழமைகளும் சமூக வழமைகளும்* (கொழும்பு – சென்னை குமரன் புத்தக இல்லம்,*2002),* பக். xiii

13. யாழ் சந்தியோகுமையோர் ஆலய நூற்றாண்டு மலர், பக். *5*

14. Rev.Dr.A.j.B. ANTONINUS .O.MI.; *Who are the kurukulams of Jaffna*, P. 9.

❖

கத்தோலிக்கப் பரம்பல்

யாழ்ப்பாணத்தில் அல்லது வட மாகாணத்தில் கத்தோலிக்க மதப் பரம்பல் பற்றிய குறிப்புகள் போத்துக் கீசரின் வருகையுடன்தான் ஆரம்பிக்கின்றது. அதுவும் தென்னிந்தியாவில் நடைபெற்ற கத்தோலிக்கச் சமய மாற்றங்களுடனேயே அது தொடர்புபட்டிருந்தது. அதற்கு முன்னர், 15ஆம் நூற்றாண்டின் முற்பகுதியில் பத்தலோமியடயஸ் என்ற போத்துக்கீச மாலுமி ஏற்படுத் திய கீழைத்தேசக் கடல் மார்க்கங்களுக்குப் பின்னர், 1497ஆம் ஆண்டு வாஸ்கொடகாமா இந்தியாவின் கள்ளிக் கோட்டையை அடைந்தான். அதன்பின்னர், விரைவில் கீழைத்தேசங்களில் போத்துக்கீசர் குடியேறத் தொடங்கி னர். அத்துடன், தமது சமயப் பணிகளை அவர்கள் ஆரம்பித்ததுடன் சமயம் மாற முன்வருபவர்களுக்குப் பல்வேறு உதவிகளையும் செய்ய முன்வந்தனர்.

"1536ஆம் ஆண்டு, முன்குறிப்பிடப்பட்டவர்கள் (திருவாங்கூர் முக்குவர், தூத்துக்குடிப் பரவர்) முகமதியர் களுடன் தம் உயிருக்குப் போராடிக்கொண்டிருந்த காலத்தில்தான், போத்துக்கீசர் அவர்களை விடுவித்துத் திருமறையில் சேர்க்க உதவினர். 85 பரதத் தலைவர் களும் பின் பெரும்பாலான ஆண்களும் 1636ஆம் ஆண்டு மார்ச், ஏப்ரல் மாதங்களில் தூத்துக்குடியில் முத்துக் குளிப்புக்காகக் கூடிவந்தபோது முதியோர், குழந்தைகள் அனைவரும் மே முதல் ஒக்டோபர் வரை அவர்களது சொந்த ஊர்களிலும் வீடுகளிலும் திருநீராட்டுப் பெற்றனர்."[1]

இவ்வாறு "புதிதாக மனந்திரும்பிய பரத மக்களைத் திருமறையில் திடப்படுத்த சவேரியாரையும், மன்சிலாசையும் யேசுசபை அனுப்பியது. 1542இல் சவேரியார் இந்தியா வந்தார். அதே ஆண்டு ஒக்டோபர் மாதத்தில் மணப்பாடு வந்தார். அவ்வூர் மக்களுக்கு முதன்முறையாகத் தமிழில் செபங்களையும் பக்திப் பாடல்களையும் கற்றுக்கொடுத்தார். தளர்வுற்றுக்கிடந்த அவர்களது விசுவாசத்தை உறுதிப்படுத்தினார். ஏழு ஆண்டு களாக ஞானதீட்சை பெறாத சுமார் 10,000 குழந்தைகளுக்கும் இன்னும் சில பெரியோர்க்கும் ஞானதீட்சை வழங்கினார். ஊர்கள்தோறும் ஓலை வேய்ந்த ஆலயங்கள் எழுப்பினார். சிறுவர்களுக்காகப் பள்ளிக்கூடங்களை ஏற்படுத்தினார். ஆலயங் களில் செப வழிபாடுகள் நடத்தவும், மறைக்கல்வி போதிக்கவும் கணக்கப்பிள்ளையை நியமித்தார். இதன் எதிரொலியே மன்னார் மக்கள் புனித சவேரியாரைத் தமக்கும் ஞானதீட்சை அளிக்கும்படி அழைக்கத் தூண்டியது. ஆகவே, புனித சவேரியாரின் 1544 ஆவணி 21ஆம் திகதியிடப்பட்ட கடிதத்தில், நாகப்பட்டண கப்ரின் யாழ்ப்பாண அரசருடன் நல்லுறவு கொண்டவனாதலால் மன்னார் பற்றிப் பேச்சுவார்த்தை நடத்தவும் என மன்சிலால் சுவாமிக்குக் கடிதம் எழுதினார்."[2]

"ஆயினும் அவர்கள் எதிர்பார்த்ததுபோல் அங்கு நிலைமை சுமுகமாக இருக்கவில்லை. ரோமிலுள்ள லொயோலா இஞ்ஞாசியாருக்குப் புனித சவேரியார் தூத்துக்குடியிலிருந்து 1543 ஒக்டோபர் 28இல் எழுதிய கடிதத்தில் "நமது ஆண்டவ ராகிய கடவுளின் சேவைக்கு மிகவும் உதவக்கூடிய, நீண்ட காலமாக நினைவில் இருக்கக்கூடிய ஒரு செயலை ஆளுநர் செய்யப்போகிறார். பல்வேறு இடங்களில் வசிக்கும் இந்த எல்லாக் கிறிஸ்தவர்களையும் ஒன்றுசேர்த்து ஓரே தீவில் வைக்கவும் அவர்களுக்கு ஆவன செய்ய, மற்றும் நீதியை நிலைநாட்ட ஒரு அரசனை நியமிக்கவும் உள்ளார். அத்தோடு கூட அவர்களுக்கு ஆன்மப் பாதுகாவலராக ஒருவரையும் கொடுக்க உள்ளார்."[3]

இதில் ஒரே தீவில் என்பதற்குரிய அடிக்குறிப்பில் "கிறிஸ்தவர்கள் அனைவரையும் ஒன்றுதிரட்டி யாழ்ப்பாணத் தில் ஒரு கிறிஸ்தவக் குடியிருப்பை உருவாக்க 1560இல் முயற்சி செய்யப்பட்டது. ஆனால் யாழ்ப்பாணத்தைக் கைப்பற்ற முடியவில்லை. 1561இல் மன்னாரில் குடியமர்த்த முயற்சி எடுக்கப்பட்டது. ஆனால் பிளேக் நோய் ஏற்பட்டதால் இம் முயற்சியும் கைவிடப்பட்டது" எனக் குறிப்பிடப்பட்டிருந்தது. எனவே மதமாற்றத்திற்குரிய முக்கிய இலக்காக யாழ்ப்பாணமும்

மன்னாருமே இருந்திருக்கிறது என நாம் இலகுவில் ஊகிக்க முடிகிறது.

1544ஆம் ஆண்டு மன்னார் மக்களில் கணிசமானோர் கத்தோலிக்கச் சமயத்தைத் தழுவலானார்கள். "மன்னாரிலுள்ள பரதவரும் கடையரும் தங்கள் மத்தியில் சவேரியார் வந்து தங்களைக் கத்தோலிக்கர்களாக்க வேண்டுமென்று கேட்டுக் கொண்டார்கள். ஆனால் பிரான்சீஸ் சவேரியாருக்கு இங்கு வரச் சந்தர்ப்பம் இல்லாமையினால் தமது பெயர்கொண்ட ஒரு சுதேசக் குருவானவரை அனுப்பிவைத்தார். இக்குருவின் முயற்சியால் மன்னாரிலுள்ள மக்கள் 500 – 700 பேருக்குமிடையில் ஞானஸ்நானம் பெற்றுக் கத்தோலிக்கர்களாக மாறினார்கள்."[4]

மன்னாரின் கத்தோலிக்கப் பரம்பலைத் தொடர்ந்து, யாழ்ப்பாணத்தை நோக்குகையில், "1591இல் போத்துக்கீசத் தளபதி அந்திரே பெராடோ டீ மென்டொன்கா *(Andre Furtada De Mendonca)* யாழ்ப்பாணத்தின்மீது படையெடுத்து, அரசனைக் கொன்று, தனக்கு விருப்பமான அரசனை நியமித்தான். இதன்மூலம் இரண்டாவது தடவையாகப் போத்துக்கீசருக்கும் யாழ்ப்பாண மன்னருக்கும் இடையிலான உறவு நிறுவப்பட்டது. இப் படையெடுப்பின் பின் திறை அதிகரிக்கப்பட்டது. யாழ்ப்பாணத்தின் ஏற்றுமதி வர்த்தகம், முக்கியமாக யானைகளின் ஏற்றுமதி மிகவும் பாதிக்கப்பட்டது. பின்னர் ஆட்சிக்கு உட்பட்ட பிரதேசங்களில் கத்தோலிக்க மதபீட நடவடிக்கைகள் இடையூறின்றி இடம்பெற நிர்ப்பந்திக்கப் பட்டது. இவ்வகை நடவடிக்கைகள்மூலம் யாழ்ப்பாணம் போத்துக்கீசரின் நேரடிக் கண்காணிப்பின்கீழ் வருவதற்கு வழிவகைகள் ஓரளவு ஏற்பட்டது."[5]

"யாழ்ப்பாணம் போத்துக்கீசரின் ஆளுகையின்கீழ் இணைக்கப்படுவதற்கு முன்பாகவே யாழ்ப்பாணத்தில் கத்தோலிக்க மதபீடச் செயற்பாடுகள் ஆரம்பிக்கப்பட்டிருந் தன. 1591இல் போத்துக்கீசரின் உதவியுடன் பரராசசேகரன் ஆட்சிப்பீடம் அமர்ந்தபின், பிரான்சிஸ் சபைக் குருக்கள் யாழ்ப்பாண இராச்சியத்துள் நுழைந்தனர். இவர்களது கவனம் முதலிமார், தலையாரிமார் மீதே திரும்பியது. இவர்களில் சிலர்மூலம் போத்துக்கீசர் தமது வெற்றியை நிறுவிக்கொண் டனர்."[6] ஆயினும் சங்கிலிகுமாரனின் (சங்கிலி 11) வீழ்ச்சிக்குப் பின்னரே (1619) யாழ்ப்பாண இராச்சியம் போத்துக்கீசர் வசமாகியது. இதன்பின்னரே சமயக் குருமாருக்கான கதவு அகலமாகத் திறந்து வைக்கப்பட்டது.

யாழ்ப்பாணத்தில் கத்தோலிக்க மதமாற்றம் எவ்வாறு நடைபெற்றது என்பது பற்றிய சுவையான குறிப்புக்கள் காணப்படுகின்றன. "பறைமூலம் குருமாரின் வருகை முன் கூட்டியே அறிவிக்கப்பட்டிருக்கும். குறிப்பிட்ட கிராம மக்கள் ஒரு குறிப்பிட்ட இடத்தில் ஒன்றுகூடுவார்கள். அது பெரும் பாலும் பரந்திருக்கும் புளியமரமாக இருக்கும். முக்கியமான போத்துக்கீச அதிகாரிகள், உள்ளூர்த் தலைவர்கள் இதற்குச் சமூகமளிப்பார்கள். இவர்களது சமூகமளிப்பு இது ஒரு அதிகாரப்பூர்வமான நிகழ்ச்சி என்பதுபோல் அமைந்திருக்கும். குருவானவர் கூடியிருக்கும் மக்களுக்குத் தமிழில் உரையாற்று வார். பின்னர்க் கூடியிருப்பவர்களிடம் உண்மையான ஒரே கடவுளை ஏற்றுக்கொள்கிறீர்களா? எனக் கேட்கப்படும். இது ஒரு வேண்டுகோளன்றிப் போத்துக்கீச அரசப் பின்னணியின் அதிகாரத் தொனியாகவே இருக்கும். யாழ்ப்பாண மக்கள் புதிய ஆட்சியாளர்களை எதிர்ப்பின்றி ஏற்றுக்கொண்டதைப் போல் இதையும் ஏற்றுக்கொள்வார்கள்."[7]

"யாழ்ப்பாணத்தில் பல்லாயிரக்கணக்கானவர்கள் மதம் மாறியதாகப் போத்துக்கீச ஆவணங்கள் குறிப்பிடுகின்றன. இது மிகைப்படுத்தப்பட்ட கூற்றெனினும் அவர்கள் மதமாற்றத் தில் பெரும் வெற்றி கண்டுள்ளனர். பிரான்சிஸ்கன் சபையின ரால் மட்டும் 1624 – 1626க்கும் இடையில் 52,000 பேர் மதம் மாற்றப்பட்டுள்ளனர். பௌலோ டா ற்றினிடேற் (Paulo Da Trunidate) புள்ளிவிபரப்படி, 1634இல் யாழ்ப்பாணத்தில் பிரான்சிஸ்கன் சபையைச் சேர்ந்த 25 பங்குச்சபைகளின் வயதானவர்கள், குழந்தைகள் உட்பட 70,000க்கு மேற்பட்டோர் மதம் மாறியதாகக் குறிக்கப்பட்டுள்ளது. இதேபோல் 42 பங்குச் சபைகளின் 1,15,000 பேர் கிறிஸ்தவர்களாக இருந்துள்ளனர். 1634இல் பொகாறோஸ் (Bocarros) அறிக்கையின்படி கிட்டத் தட்ட யாழ்ப்பாணத்தில் வசித்த அனைவருமே கிறிஸ்தவர்கள் எனக் கூறுகிறது.[8]

இந்த எண்ணிக்கையைப்பற்றி வரலாற்றுத்துறை ஆசிரியர் செ. கிருஷ்ணராசா குறிப்பிடுகையில் "இப் புள்ளிவிபரங்கள் மிகைமதிப்பீடு கொண்டதாகவே இருக்கிறது. இந்த எண்ணிக்கை கள் ஸ்பெயினிலுள்ள தமது அதிகாரத்தைத் திருப்திப்படுத்துவதற் காகக் கூறப்பட்டவையாகக் கொள்ளப்படவேண்டும். உண்மை நிலை இதற்கு மாறானதாகவும் இருக்கலாம். யாழ்ப்பாண இராச்சியத்துள் இந்து மதகுருமார் எந்த நிலையிலும் தமது எதிர்ப்பினைக் காட்டமுடியாத நிலையில், கத்தோலிக்க மதத்திற்குச் சார்பாகவேனும் ஒழுகிக்கொண்டு தத்தமது

உயிர்காக்க வேண்டிய நிர்ப்பந்தம் அங்கு ஏற்பட்டிருந்தது"[9] என்கிறார்.

இவ்வகை மதமாற்றத்தின் பின்னணியில் குருநகரில் வாழ்ந்த மக்களும் கத்தோலிக்கர்களாக மாறத் தொடங்கினர். "இவர்களது கத்தோலிக்கப் பிரவேசம் 1624இல் நடைபெற்றது. அரசப் பரம்பரையில் தொடர்புடைய 20 குருமாரும் ஒன்பது கிராமங்களின் பட்டங்கட்டிமாரும் (குருகுல சாதித் தலைவர்கள்) 400 குருகுல மக்களும் தேவதாயின் பிறந்த நாளிற்கு முந்தின நாளில் (புரட்டாதி 7இல்) ஞானத்தீட்சை பெற்றனர். இந்நிகழ்ச்சி ஆடம்பரமாகப் புதுமைமாதா கோவிலில்.[10] நடைபெற்றது. இந்த ஞானஸ்நான வைபவத்தைத் தொடர்ந்து இன்னுமொரு ஞானஸ்நானச் சடங்கு நடைபெற்றது. இதில் பதினொரு வயதிற்கு உட்பட்ட ஆண், பெண், குழந்தைகள் ஞானதீட்சை பெற்றார்கள். இவ் வைபவங்களிலெல்லாம் தளபதி பிலிப் டி ஒலிவேரா மற்றும் பிரதானிகளுடன் சமூகமளிப்பார்.[11]

பொதுவாக அன்று மதம் மாறியதற்கான புறநிலைக் காரணங்களாகப் பல்வேறு கருத்துகள் நிலவிவந்தன. "பிற மதத்தவரின் வழிபாடுகளை நேரடியாகவும் மறைமுகமாகவும் நிராகரித்த போத்துக்கீசர் கிறிஸ்தவச் சமயத்திற்கு மாறியவர்களுக்குச் சலுகைகளையும் கௌரவங்களையும் வழங்கினர். இதனால் 1620 – 1630களில் போத்துக்கீசரின் கத்தோலிக்க மதம் இலங்கையில் மிகக் கூடுதலாக வளர்ச்சி பெற்றிருந்தது. போத்துக்கீசர் தமது நீதிமன்றங்களில் தீர்ப்பு வழங்கும்போது, கிறிஸ்தவச் சமயத்தைக் குற்றவாளி தழுவியிருந்தால் தண்டனையின் தாக்கத்தைக் குறைத்தும், கிறிஸ்தவச் சமயத்தைத் தழுவாதவர்களுக்குக் கொடுந் தண்டனையும் வழங்கி, மக்களைக் கிறிஸ்தவச் சமயத்தின்பால் இணையத்தக்க வகையில் நடந்து கொண்டனர்.

பொருளாதாரத் துறையில் கத்தோலிக்க மதமே முன்னேற்றகரமான வளத்தினைப் பெற்றிருந்தமையால், மக்கள் பெரிதும் அம் மதத்தினைத் தழுவுவதற்கு முன்வந்தனர். மதம் மாற்றப்பட்டவர்களுக்கு வரிவிதிப்பு விலக்கு வழங்கப்பட்டது. போத்துக்கீச அதிகார வரம்பிற்குள் வாழ்ந்த ஒருவர் இறக்கும் பட்சத்தில், அவருடைய சொத்துக்கள் யாவும் அரசிடம் ஒப்படைக்கப்படவேண்டும் என்னும் 'மறலா' *(Marala)* வரியானது, கத்தோலிக்க மதத்தவராயின் அச் சொத்தினை அரசிற்குச் செலுத்தாது, நேரடியாகவே அவரது வாரிசுகளுக்கு ஒப்படைப்பதற்கான உரிமம் தொடர்பான சலுகைகள் வழங்கப்

பட்டிருந்தது. இதனால் இலங்கையில் வாழ்ந்த மக்களில் பெரும்பாலானோர் மரணப் படுக்கையில் மதம்மாறும் சம்பவங்கள் போத்துக்கீசர்கால இலங்கையில் சர்வ சாதாரணமாகக் காணப்பட்டிருந்தது. இதேபோல், மதம் மாறியவர்களுக்கு நீதிவிசாரணையின்போது வழங்கப்பட்ட தண்டனை குறைத்து வழங்கப்படும் நிலை காணப்படுவது பொதுவழக்கான காரணத்தால், கொலைகாரரும் கொள்ளைக்காரரும் தமக்கு விதிக்கப்படும் கடுமையான தண்டனையிலிருந்து விடுபடும் பொருட்டு, கத்தோலிக்க மதத்திற்கு மாறிக் கொண்டனர். 1618இல் கிறிஸ்தவக் கைதிகள் எவரையும் மரணதண்டனைக்கு உட்படுத்தக்கூடாது என்னும் சட்டம் கொண்டுவரப்பட்டது. மேலும் அரச உத்தியோகங்களிலும் கத்தோலிக்கருக்கே முன்னுரிமை வழங்கப்பட்டது. பொறுப்புள்ள உத்தியோகங்களில் அமர்வதற்கான சிபார்சு (அப்பகுதிக் கோயிற்பற்று) பாதிரிமார்களிடையேயிருந்து பெறவேண்டியிருந்தது. இத்தகைய சலுகைகள் மதம் மாறுவோருக்கு வழங்கப்பட்டமையும் பிற மதத்தினை நசுக்கி, அம்மதத்தினர் அவர்களுக்குரிய ஆலயங்களுக்குச் செல்லக்கூடாது எனத் தடுக்கப்பட்டு, அவர்கள் தம் மதத் தலைவர்களைச் சந்திக்கக்கூடாது எனத் துன்புறுத்தப் பட்டும், மதரீதியான பாகுபாடு காட்டப்பட்டமையினால் மக்கள் தமது நாளாந்த இயல்பு வாழ்க்கையில் பாதுகாப்பின் தேவைகருதி, கத்தோலிக்க மதத்தினைத் தழுவ வேண்டிய தேவை ஏற்பட்டது.[12]

அத்தோடு கத்தோலிக்கத்திற்கு மதம் மாறியவர்கள் 'சோற்றுக் கிறிஸ்தவர்கள்' என இந்துக்களால் இகழப்பட்டனர். இந்த *Rice christians* என்ற சொற்பதத்தின் சொந்தக்காரர் ஆறுமுக நாவலராவார்.[13] இவரது கருத்து இன்றுவரையிலும் பாவனையில் உள்ளது. இவ்வகைக் கண்டனங்கள் முற்றுமுழுதான உண்மையாகவும் இருந்துவிடுவதில்லை. சமூகத்தில் ஏற்படும் பெரும் மாற்றங்களை வெறும் ஒற்றைவரித் தகவல்களுக்குள் அடைக்கும் போக்கு, பகுதி உண்மைகளை மறைக்கும் தவறான முடிவுகளுக்கே வழிவகுத்துவிடும். அரசியல் பொருளாதாரக் காரணங்களுக்கு அப்பால் மதம்சார்ந்த தனிமனித விருப்பு, நம்பிக்கை என்பனவும் இதற்குள் அடங்கியிருக்கின்றது.

கத்தோலிக்க மதப்பரம்பலுக்குரிய காரணங்களை அருட்திரு ஜே.ஈ. ஜெயசீலன் இவ்வாறு கூறுகிறார்: "கத்தோலிக்கம் அரச பரம்பரைக்குள்ளும் மனமாற்றத்தை ஏற்படுத்தியதாகும். சோழர் எழுச்சியும் வீழ்ச்சியும், முகமதியர்களின் எழுச்சியும், சிங்கள மன்னர்களின் எழுச்சியும் சைவ சமயத்தின் வளர்ச்சிக்கு

உதவவில்லை. தெற்கில் கோட்டை அரசன் தர்மபாலாவின் மதமாற்றம், கண்டியில் டொனா கத்தாறினாவின் மதமாற்றம், யாழ்ப்பாணம் சங்கிலி அரசனின் வீழ்ச்சியும் அவனது அரச குடுப்பத்தவரின் மதமாற்றமும் வன்னி அரசின் அரச குடும்பத் தினரின் மதமாற்றம் என்பன கத்தோலிக்கச் சபையின் செல்வாக்கிற்கு எடுத்துக்காட்டுகளாகும். அரசன் எவ்வழி குடிகள் அவ்வழி."[14]

போத்துக்கீசரின் வீழ்ச்சியுடன் (1658) ஆரம்பித்த ஒல்லாந்த ஆட்சி "கத்தோலிக்கத்தை வேரோடு பிடுங்கும் முயற்சியில் முழுமூச்சாக ஈடுபட்டது. குருக்கள் அனைவரையும் நாடு கடத்தியது. புதிய குருக்களை உட்புக விடாது தடுத்தது. கத்தோலிக்கத்தை அனுசரித்த மக்களுக்குத் தண்டனைமேல் தண்டனையிட்டும் தொடர்ந்து அனுசரித்தோர்க்குத் தண்டனை அளித்தும் அச்சுறுத்தியது.[15]

ஒல்லாந்தர் ஆட்சியுடன் தொடர்ந்து நீடித்த வேத கலாபனையின்போது கத்தோலிக்கர்கள் தங்கள் விசுவாசத்தில் உறுதியாக நின்றிருக்கிறார்கள். கத்தோலிக்கர்கள் 135 ஆண்டுகள் வேதகலாபனையின் ஊடாக இன்றுவரையும் இம் மண்ணில் நிலைத்துச் செழித்து நிற்பதற்குப் பேராசிரியர் கா. சிவத்தம்பி ஒருபெரும் சமூகவியல் காரணத்தைச் சுட்டுகிறார். "சாதிக் குழுமங்களாக மனம் திரும்பியதால்தான் கத்தோலிக்கராக நிலைத்து நின்றனர்."[16] ஆனால் மனமாற்றம் பெற்றுவந்த கத்தோலிக்கர் பற்றி வரலாற்று ஆசிரியர் பேர்ணியோலாவோ "பிரான்சிஸ்கன் துறவிகள் திருமுழுக்கின் பின் மறை அறிவினைப் புகட்ட முயற்சித்தனர். சிலர் மறை அறிவு இல்லாமலே வாழ்ந்தனர். மறை அறிவைப் பெற்றவர்கள் தாம் புதிதாக இணைந்துகொண்ட மறையில் பிரமாணிக்க மாக இருந்தனர்" எனக் கூறுகிறார். போத்துக்கீசர்காலக் கிறிஸ்தவர்களின் மதமாற்றத்திற்கான உண்மைக் காரணம் இன்னும் தெளிவாகக் கூறப்படவில்லை. திருப்தியாக ஆராயப் படவில்லை. ஒல்லாந்தர்கால வேதகாலாபனைகளின் மத்தியில் தங்கள் உடைமைகள் பறிபோகும் நிலையிலும் தாம் நாடு கடத்தப்படும் ஆபத்தின் மத்தியிலும் எப்படி? ஏன்? தமது விசுவாசத்தில் நிலைத்து நின்றனர் என வினாவை எழுப்பு கின்றார்.[17]

கத்தோலிக்கர்களது விசுவாசத்தின் உறுதிக்கு ஆதாரமாக எம்.டி. இராகவன் நீர்க்கொழும்பில் நடைபெற்றதாகக் குறிப் பிடும் இரு சம்பவங்களை நாம் கவனத்தில் கொள்ளலாம். "கொழும்பில் ஒல்லாந்த மத அதிபதியாக (Predikant) இருந்தவர்

18.08.1751இல் தனது படைகளுடன் 24 முக்கியக் கத்தோலிக்கர் களைக் கைதுசெய்ய நீர்க்கொழும்பு சென்றிருந்தார். அங்கு ஆயிரம் வரையிலான கத்தோலிக்கர்கள் திரண்டு வந்து தம்மை யும் கைதுசெய்யுமாறு கேட்டுக்கொண்டனர். அத்துடன் நீர்க்கொழும்பு, களுத்துறை ஆகிய மாவட்டங்களிலுள்ள கத்தோலிக்கர் சார்பாகப் புதிய மனுவொன்றையும் கையளித்த னர். அம்மனுவில் பலதரப்பட்ட பாதிப்புகள் பற்றிக் குறிப் பிட்டதுடன் கத்தோலிக்க விசுவாசத்திற்காகச் சிறை வைக்கப் பட்டவர்களை விடுவிக்குமாறு கோரியிருந்ததுடன் அம்மனு வில் இறுதியில் உலகின் எந்தத் தண்டனையிலும் நாம் எமது சமயத்தைக் கைவிடமாட்டோம் என முடித்திருந்தனர்."[18]

இதேபோன்று புதிய ஒல்லாந்த கவர்னரின் வருகைக்குப் பின் 19 பேர் (நீர்க்கொழும்புக் கத்தோலிக்கர்கள்) கைதுசெய்யப் பட்டு, அவர்களது பொருட்கள் பறிமுதல் செய்யப்பட்டுக் கடுங்காவல் தண்டனை வழங்கப்பட்டதும், கத்தோலிக்கத் திருமணம் செல்லுபடியாகாமல் ஆக்கப்பட்டதன் பின்னணி யிலும் ஆத்திரம் கொண்ட கத்தோலிக்கர்கள் 23.03.1754இல் புனிதர்களின் சொரூபங்கள், மெழுகுவர்த்திகள், பதாதைகள் ஆகியவற்றை ஏந்தியபடி "கிறிஸ்து உயிர்த்துவிட்டார்" எனத் தமிழில் கோசமிட்டபடி சென்றனர்."[19]

யாழ்ப்பாணத்தில் கத்தோலிக்கர்கள்மீது ஒல்லாந்தரது நெருக்கடி மிகுந்த காலத்தில் "ஒல்லாந்தர் படைத்தலைவனது இருப்பிடத்திலிருந்து கல்லெறி தூரத்திலுள்ள குருநகருக்கு யோசவ் வாஸ் அடிகளார் ஒரு மீனவன்போல் வேடமணிந்து வந்து, அங்குள்ள மக்களுக்குச் சமயப்பணி செய்தார். கத்தோலிக்கர்களை வேட்டையாடிய காவலர்கள் மத்தியில் மாறுவேடத்துடன் கால்நடையாகச் 'சில்லாலை' சென்று அங்கு ஒரு நத்தார் பூசையை நிகழ்த்தினார்."[20] இவ்வாறான உயிராபத்து மிகுந்த காலங்களில் துணிவுடன் இயங்கிய குருநகர் மக்களின் ஒத்துழைப்பு இன்றி இவைகள் சாத்தியப் பட்டிருக்கக்கூடியதொன்றல்ல. இதேபோன்று சைவர்களின் கடும் எதிர்ப்பின் மத்தியிலும் ஒல்லாந்தர்களது சமயத்திற்கு மாறியவர்களின் விசுவாச உறுதியைக் குறிப்பிடும் பல நிகழ்வு கள் *"Seven years in Ceylon, stories of mission life"*[21] எனும் நூலில் விரிவாகக் குறிக்கப்பட்டுள்ளது.

இவை அனைத்தும் எல்லாச் சமயங்களிலும் அரசியல், பொருளாதாரக் காரணங்களுக்கு அப்பால் விசுவாசம், மீட்சி என்பவைகள் ஆன்மீகத்துடன் உள்ளோடிக்கொண்டிருந்தது என்பதைத்தான் உறுதிப்படுத்துகின்றன.

குறிப்புகள்

1. Francis Xavier to Ignatius of loyala , p.13 *(மேற்கோள்; சுவாமி. J.E. ஜெயசீலன் யாழ்ப்பாணத் திருச்சபை வரலாறு, யாழ்ப்பாணம் வளன் ஆச்சிரம், 1997.), பக். 20*
2. மே.கூ.நூல். *பக். 20 – 21.*
3. *பிரிட்டோ வின்சென்ட் சே.ச. (பதிப்பாசிரியர்) தூய சவேரியார் கடிதங்கள்* பாளையங்கோட்டை, நாட்டார் வழக்காற்றியல் ஆய்வு மையம். தூய சவேரியார் கல்லூரி – *2002)* பக். *4 – 5*
4. மெஸ்.க.வேலுப்பிள்ளை, *யாழ்ப்பாண வைபவ கௌமுதி,* பக். *44.*
5. Tikiri abeyasinghe, *Jaffna under the Portuguese* (Pannipitiya, A Stamford lake publication, 2005), p.2-3
6. மே.கூ.நூல். பக். *53.*
7. மே.கூ.நூல். பக். *57.*
8. மே.கூ.நூல். பக். *54*
9. சே. கிருஷ்ணராசா, ஏம்.ஏ., *இலங்கை வரலாறு பாகம் 2,* (திருநெல்வேலி, யாழ்ப்பாணம், பிறைநிலா வெளியீட்டகம், *2002),* பக். *165.*
10. புதுமைமாதா கோவில்: *1624*ஆம் ஆண்டிற்கு முன்னர் பண்ணைத் துறைமுகப் பக்கத்தில் ஒரு சிறு கத்தோலிக்க ஆலயம் இருந்தது. அதனைக் கண்ணாடிப் பாதிரியார் கட்டினார். அது ஒலிவேரா காலத்துப் புதுமைமாதா கோவிலாகவும் அப்பால் கோட்டைக்கு உட்பட்ட ஆலயமாகவும் வந்தது.
11. யாழ். சந்தியோகுமையோர் அப்போஸ்தலர் ஆலயத்தின் நூற்றாண்டு நிறைவுமலர், பக். *5, 1961.*
12. சே. கிருஷ்ணராசா, ஏம்.ஏ., *இலங்கை வரலாறு பாகம் 2* (திருநெல்வேலி, யாழ்ப்பாணம், பிறைநிலா வெளியீட்டகம், *2002),* பக். *166 – 167.*
13. ஆறுமுகநாவலர் பிரபந்தத் திரட்டு. மேற்கோள்: சுவாமி J.E. ஜெயசீலன், *(யாழ். திருச்சபை வரலாறு)* பக். 22.

14. மே.கூ.நூ. *பக். 57*

15. மே.கூ.நூ. *பக். 53*

16. கா. சிவத்தம்பி, *தமிழர் பண்பாட்டில் கிறிஸ்தவம்*, பக். *28* மேற்கோள்; மே.கூ.நூ. பக். *26*

17. V. Perniola's port, Period Introduction XIV *(மேற்கோள்;* மே.கூ.நூ. பக். *27).*

18. M.D.Ragavan, *The karava of Ceylon* – Society and Culture (Colombo, K.V.C D.Silva &son, 1961), P. 50

19. மே.கூ.நூ. பக். *51.*

20. Rev.Fr. F.J. Stanislaus, *Catholicism and kurunagar, புனித யாகப்பர் ஆலய 125ஆவது ஆண்டுமலர்,* இ. டோறஸ், டேமியன் சூரி, வி.யே. கொன்ஸ்ரன்ரைன், *(*யாழ்ப்பாணம், புனித யாகப்பர் ஆலயம், *1986)* பக். *100*

21. Mary Leith; Margaret w. Leith *Seven years in Ceylon -stories of Mission life.* (New Delhi – Madras, Asian Educational Services , 1999.)

❖

பாகம் 2

பொழுதினில் உறவாடி

குருநகர் மக்களின் ஒருநாள் வாழ்வு என்பது பொதுவாழ்வின் சாரமாகும். அதில் ஒருசில மாற்றங்கள் ஏற்பட்டாலும் அது அச்சாரத்தினை மாற்றி விடுவ தில்லை. இம்மக்களின் வாழ்வு முறையின் ஆரம்பத் தினைப் புனித யாகப்பர் ஆலய மணியோசையோடு ஆரம்பித்தலே பொருத்தமானதாக இருக்கும். 'திருந்தாதி' என அழைக்கப்படும் இவ்வதிகாலை மணியோடுதான் குருநகர் விழித்துக் கொள்கிறது எனலாம். இந்த ஆலய மணியோசையோடு பூபாளம் பாடும் குருநகர் உறக்கம் கொள்வது என்பது என்னவோ சொற்பநேரம்தான்.

இத்திருந்தாதி மணியோசைக்கு முன்னரே விழித்த லின் அசைவியக்கங்களை வீதியிலும் வீட்டினுள்ளும் காணலாம். கரைவலைத் தொழிலின் மூலம் மீன் பிடிப்பவர்களுக்கான 'ஆளரட்டும்' ஓசைகள், வீதிக்கு வீதி கேட்டு மெல்லத் தேய்ந்துகொண்டே போகும். கூடவே, நாய்களின் குரைப்பின் ஒலிகளும். இதனால் ஆள்அரட்டுபவர்கள் ஒரு பெரிய கம்பைத் தம்முடன் கொண்டு திரிவார்கள். எங்கும் இருள் இறங்கி இருக்கை யில், வீதிகளில் இவர்கள் ஊர்க்காவற்காரர்களைப் போல் தோற்றம் கொள்வர்.

கரைவலைத் தொழில் செய்பவர்களைத் தொழிலுக்கு வரும்படி அழைத்தலையே ஆளரட்டுதல் என்பர். ஆளரட்டுபவர் தொழிலாளியின் வீட்டின் முன்னால் நின்று, மூன்றுமுறை கூப்பிடும்வரை வீட்டினுள் இருந்து எப்பதில் குரலும் வெளிவருவதில்லை. ஏனெனில், பேய் களின் பயம்தான். பேய்கள் மனிதக் குரலில் கூப்பிட்டு, இவர்களைச் சவக்காலைவரை அல்லது வேறு எங்காவது மனித நடமாட்டம் அற்ற பகுதிகளுக்கு அழைத்துச்

சென்று ஏமாற்றியதாகவும், சிலருக்குப் பேய் பிடித்ததாகவும், சிலர் வாய், மூக்கு, காதுவழியாக இரத்தம் கக்கிக் கக்கி இறந்ததாகவுமான சில வாய்மொழிக் கதைகளை இம்மக்கள் நம்புகிறார்கள். அத்தோடு, பேய்கள் மூன்று முறைக்குமேல் எவரையும் அழைக்காது என்ற நம்பிக்கையும் இருப்பதனால், மூன்று முறைக்குப் பின்னரே பதில் குரல் கொடுப்பார்கள்.

மூன்று முறைக்குப் பின்னரான தமது பதிலின் பின்னர், தொழிலுக்குப் புறப்படுதலுக்கான ஆயத்தங்களுடன் 'பழங் கயிற்றையும்', 'விடியச்சோற்றையும்' எடுத்துக்கொண்டு, பீடியையோ அல்லது சுருட்டையோ விளக்கினில் பற்றவைத்த பின், நாய்களைத் தவிர யாருமற்ற வீதிகளின் வழியாய்க் கடற்கரை நோக்கிச் செல்வார்கள். சிறுவர்களும் தொழிலுக்குச் செல்வதாக இருந்தால், தந்தைக்கோ அன்றி மாமனுக்கோ பின்னால் தூக்கக் கலக்கத்தில் அவர்களும் பின்தொடர்வார் கள். தூரக் கடலோ தன் மெல்லிய அலை அசைவுகளால் இவர்களை வாவாவென அழைத்துக்கொண்டிருக்கும்.

பிற்காலத்தில் அறிமுகப்படுத்தப்பட்ட 'களங்கட்டி' வலைத் தொழில் செய்பவர்கள், வெகு தூரத்திற்கு அப்பாலுள்ள களங்களில் வலைகள் பாய்ந்திருந்தால், அதற்கு அண்மைய கரையோரமாக அல்லது களங்களில் தத்தமது வள்ளங்களைக் கட்டி விட்டிருப்பார்கள். ஆளரட்டுவதன் மூலம் ஒன்றுசேரும் இத்தொழிலார்கள் குழுக்களாகச் சேர்ந்து வான் *(van)* ஒன்றின் மூலமாகவோ, ஒரு இயந்திர வள்ளம் மூலமாகவோ, தத்தமது வள்ளங்கள் கட்டியிருக்கும் இடம்வரை சென்று, அங்கிருந்து தத்தமது வள்ளங்களின் மூலம் தொழில் செய்வார்கள். இந்த வானுக்கும், இயந்திர வள்ளத்திற்கும் சொந்தக்காரர்கள், இவர் களுடன் கூடவே தொழில் செய்பவராகவும் இருக்கலாம் அல்லது வாடகைக்கு அமர்த்தப்பட்ட வேறொருவராகவும் இருக்கலாம். இதுதவிர, இத்தரைவழித் தூரத்தைத் தமது சைக்கிள்களில் சென்று அடைபவர்களும் உண்டு. இவர்களை யாரும் ஆள்அரட்டுவதில்லை. உரிய நேரத்தில் தாமாகவே எழுந்து, குறிப்பிட்ட இடத்தில் இவர்கள் கூடுவார்கள். இவ்வாறு கூடும் இடம் பெரும்பாலும் இவ்வகைத் தொழிலாளர்களுக் காகத் திறந்திருக்கும் தேநீர்க்கடைகளில் ஒன்றாக இருக்கும். இங்குத் தேநீருடன் அப்பமும் சாப்பிட்டுவிட்டு, கூட்டாகச் சைக்கிள்களில் செல்வார்கள். சிலர் தனித்தும் செல்வதுண்டு. தமது வீடுகளிற்குக் கிட்டிய களங்களில் வலை பாய்ந்தவர்கள், தமக்குரிய வள்ளங்களில் செல்வதுண்டு. இத்துடன், தூண்டில் மூலம் மீன் பிடிப்பவர்களும் இவ்வதிகாலையில் தமக்குரிய வள்ளங்களில் தமக்குத் தோதான கடல் தேடிச் செல்வார்கள்.

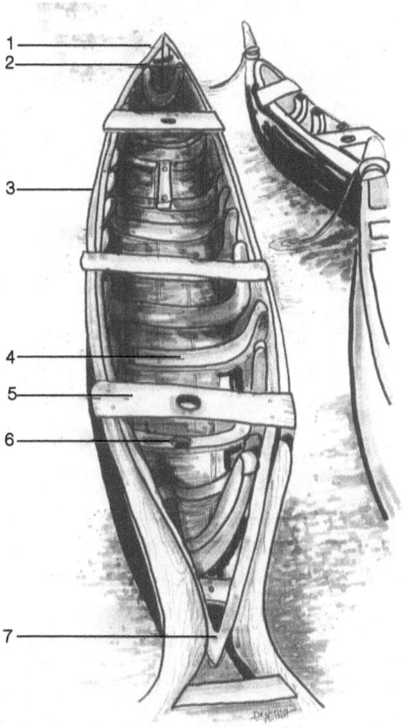

1. அணியம்
2. மோசாவாரி
3. ஒட்டம்
4. வங்கு
5. கூத்துவாரி
6. பூவெச்சம்
7. கடையால்

வள்ளங்கள்

வறிய குடும்பத்தைச் சேர்ந்த சில தாய்மார்கள், இவ்வதி காலையில் திறந்திருக்கும் தேநீர்க் கடைகளின் விற்பனைக்கு, அப்பங்கள் கொடுப்பதற்காக, நடுச் சாமத்தில் எழுந்து தேங்காய் துருவத் தொடங்கிவிடுவார்கள். வீட்டினுள் வைத்தே கடை திறப்பதற்கு முன்னர் அப்பங்கள் சுட்டுக் கொடுத்தாக வேண்டும். இத்தாய்க்கு அவளது வயதுவந்த பெண் அல்லது பெண்கள் உதவியாக இருப்பார். பெண்பிள்ளைகள் இல்லாவிடில், கணவன் அல்லது மகன் உதவியாக இருப்பார். ஆண்களின் உதவியென் பது மிக அருந்தலான ஒன்றே. கடைக்கு அப்பங்கள் கொண்டு செல்வதற்குக் கடற்றொழிலுக்குச் செல்லமுடியாத நிலையி லுள்ள அவளது கணவனோ அல்லது வயதான தந்தையோ உதவுவார்கள். இவ்வகை உதவி இல்லாவிடில், அந்தத்தாயே தன்னுடன் தனது சிறிய மகனையோ, மகளையோ கூட அழைத்துச் செல்வர். தூரக் கடலில் 'படவுகளின்' எஞ்சின் ஓசையுடன் திருந்தாதி ஒலியும் கேட்டபடி.

திருந்தாதிக்குப் பின்னர், இக்கோவிலின் பூசைக்கான அழைப்பு மணி ஒலிக்கத் தொடங்கும். இம்மணியோசையுடன் குருநகர் விழித்துக் கொள்கிறது எனலாம். காலைப் பூசைக்குச் செல்கிறவர்கள் ஆயத்தமாகிவிடுவார்கள். தாய்மார்கள், பேத்திமார்களைத் தொடர்ந்து செல்லும் சிறுவர் சிறுமியர்கள், கன்னிப் பெண்கள் வீதிகளில் காணப்படுவார்கள். ஆங்காங்கு அரிதாகச் சில ஆண்களும் காணப்படுவார்கள். முக்கிய சந்திகளின் மின்விளக்கின் ஒளியில் வந்துவந்து மோதிக் குற்றுயிராய் மல்லாந்தபடி கிடக்கும் வண்டுகளை, தூக்கக் கலக்கத்துடன் வரும் சிறுவர்களில் சிலர் தம் கால்களால் அடித்துச் செல்வதுமுண்டு. தூக்கம் கலைந்த பின்னரும், பூசைக்குச் செல்ல விரும்பாத முதியவர்களில் சிலர், சந்தி மதகுகளில் இருந்து சுருட்டுக் குடித்துக்கொண்டிருப்பர்.

பொலபொலவெனப் பொழுது விடியும்வேளை, கிழக்கில் படர்ந்திருந்த 'வெள்ளாப்பு'க் கரைய, வானெல்லாம் பரவி யிருந்த வெள்ளிகளின் மினுமினுப்பு மங்கிவர, கடலில் முதல் நாள் மதியம் மீன்பிடிக்கச் சென்ற நைலோன் போட்டுக்கள் அல்லது 'தங்குகடலிற்கு'ச் சென்ற படகுகள் மீளக் கரைவரும் ஓசைகள் கேட்கத் தொடங்கும்.

ஆள்முகம் ஆளுக்குத் தெரியும் வேளையில் 'வாடி' கூடத் தொடங்கும். இது ஒரு தனி உலகம். நெரிசல்களும், வேகங் களும், இரைச்சல்களும், வசவுகளும் கலந்து இயங்கும் உலகம். குருநகரின் பொருளாதார மையம் இங்கிருந்துதான் ஆரம்பிக் கின்றது. கடற்கரைப் பாலத்தில் மீன் பிடித்துவந்த படகுகள், போட்டுக்கள், வள்ளங்கள் வரிசைவரிசையாக நிறுத்தி வைக்கப் பட்டிருக்க, அவை அலையின் அசைவிற்கேற்ப ஆடிக்கொண் டிருக்கும். அப்போது எழுந்துவரும் கதிரவனின் புதிய ஒளி, கறுத்துத் திரண்ட மீனவர்களின் மேனியில் பட்டுத் தெறித்துக் கொண்டிருக்கையிலும், உப்புக்காற்று முகத்தில் மோதிக் கொண்டிருக்கையிலும், அவர்கள் தத்தமது படகுகளில் குனிந் திருந்தபடி மீன்களைத் தெரிந்து கொண்டிருப்பார்கள். கழித்து எறியும் மீன்களைக் கொத்திக்கொண்டு போவதற்காக, இவர் களின் மேலால் கடற்புள்ளுகள் குரலெழுப்பியபடி வட்டமிட்டுக் கொண்டிருக்கும். தேவையற்றது என எறியும் மீன்களைப் பொறுக்குவதற்காக, அயலூர்ச் சிறுவர்கள், நாரியில் கட்டிய உமலோடு கடலுக்குள், படகுக்குப் படகு அலைந்து கொண்டிருப் பார்கள். சிலவேளைகளில் தெரிந்து குவிக்கப்பட்ட மீன்களை, கூடைகளில் அள்ளி, படகுகளிலிருந்து பாலம்வரை கடலுக்குள் இழுத்து வருவதற்கு, இச்சிறுவர்களும், உள்ளூரவர்களும் பயன் படுவார்கள். இந்த ஆரவாரங்களுக்கிடையில் இன்னமும்

கரைவந்து சேராத படகுகளின், போட்டுக்களின் 'சம்மாட்டி'மார் களது கண்கள், தூரத்தில் தெரியும் முகத்துவாரக்கட்டை அல்லது தொப்பிக்கட்டை என அழைக்கப்படும் வெளிச்சக் கட்டையை நோக்கியபடியே இருக்கும். கரைநோக்கி வரும் படகுகளின், போட்டுக்களின் உருவம் கண்ணில் தெரிந்து சிறிது நேரத்தில், சம்மாட்டியால் அது தனது படகுதான் என இனம்காணப்பட்டுவிடும். படகு அல்லது போட்டு, பதிவாகிப் புட்கள் அதிகமாக வட்டமிட்டபடியும் வந்து கொண்டிருந்தால், மீன்கள் அதிகமாகப் பிடிபட்டிருக்கிறது என்ற அனுமானத்தில், சம்மாட்டி உஷாராகி விடுவார். அவ்வாறு இல்லாவிடில் வெறுப்புடன் அவர் வாயிலிருந்து தூஷண வார்த்தைகள் வெளிவரும். இங்கு அனைத்துத் தூஷண வார்த்தைகளும் பஞ்சமில்லாமல் பலர் வாயிலிருந்து சரளமாக வந்துகொண்டிருக்கும்.

கரைவலை, களங்கட்டிவலை, நைலோன்வலை, றோலர் வலை, சிறகுவலை, ஓலைவலை, பாச்சுவலை, தூண்டில்முறை என்று குருநகரின் அனைத்துவகைத் தொழில்கள் மூலமும் பிடிக்கப்படும் கடல்படு திரவியங்கள், வாடியெங்கும் குவியல் குவியலாகக் கொட்டப்பட்டிருக்கும். இவைகளை நெரிசல் களுடன் கடந்து செல்லும் மனிதக் கால்கள். பாலத்து வீதி யெங்கும் நசிந்து கிடக்கும் தூள்மீன்களும், நண்டுகளும். உயிரோடு ஊர்ந்து செல்லும் நண்டுகளிடம் கடிவாங்கிப் பதறும் சில கால்கள். இன்னும் ஆங்காங்கே சிதறிக் கிடக்கும் கிளாத்தி மீனின் முட்களை மிதித்து வலியுடன் கடந்து செல்லும் கால்கள். இவற்றுடன் தேநீர்க் கடைகள், சவ்வரிசிக் கஞ்சி விற்பவர், சர்பத் வியாபாரி, சைக்கிள் வரி வசூலிப்பவர்கள், மீன் வாங்க வருபவர்கள் ஆகியவர்களின் இரைச்சல்களுடன் வியாபாரம் 'ஜே ஜே' என வேகங்கொள்ளும்.

கொட்டிக் குவிக்கப்படும் மீன்களின் முன்னாலிருந்து, 'கூறியான்' மீன்களின் விலையைக் கூறத் தொடங்குவார். ஒவ்வொரு தொழிலுக்கும் ஒரு கூறியான் இருப்பார், அல்லது பல தொழில்களுக்கு ஒரு கூறியானும் இருப்பார். இவர்கள் பெரும்பாலும் வயதான பெண்களாக இருப்பர். கூறியான் மீன்களின் விலையைக் கூறத் தொடங்குவார். வாங்குபவர் களின் கண்கள் மீன்களைக் கவனமாகக் கணக்கிட்டுக்கொண் டிருக்கும். ஏலம் எடுப்பவர்களது விலைகள் ஏறிக்கொண்டே போகும். விலை சரிவந்தால் எடுத்துக்கொள்ளலாம். சிலவேளை களில் ஏலம் முடிந்தபின்னரும் விலைசார்ந்த தகராறில், கூடை யோடுள்ள மீன்கள் இழுபறியில் இருக்கும். 'அறா'விலை கேட்டவர்கள் கூறியானிடமிருந்து வசவுகளை வாங்க வேண்டி

யிருக்கும். சில வெளியூர்க்காரர்கள், மீன்களினால் அடிவாங்கவும் நேரிட்டுவிடும். விற்கப்பட்ட மீன்களின் குவியலிலிருந்து சில மீன்களைத் தனக்குரிய 'எடுப்பாக'க் கூறியான் எடுத்துக் கொள்வாள். இதுவே அவளுக்குரிய கூலியாகும். இது இங்கு ஒரு மரபாகப் பின்பற்றப்படுகிறது. இவ்வாறு அடுத்தடுத்துக் கொட்டப்படும் மீன்களின் விற்பனை தொடரும். மீன்களை வாங்குபவர்கள் உடனே அதற்குரிய பணத்தைக் கொடுத்துவிட வேண்டும் என்பதில்லை. அதற்கெனக் 'குத்தகைக்காரர்' எனச் சொல்லப்படுவோர்கள் இருப்பார்கள். குறிக்கப்பட்ட தொழில்களுக்குக் கூறியான்கள் இருப்பதுபோல், குத்தகைக்காரரும் இருப்பார்கள். சம்மாட்டிக்குரிய விற்பனைப் பணத்தை இவர்களே அளிப்பார்கள். நூறு ரூபாய்க்கு ஏழு ரூபாயைக் கழிவாகக் (கிட்டத்தட்ட வட்டியாக) கழித்துக்கொண்டு மீதிப் பணத்தைச் சம்மாட்டிக்குக் கொடுப்பார்கள்.

மீன்களை விலைகூறி எடுப்பவர்களில், உள்ளூரைச் சேர்ந்தவர்கள் பொதுவாகவே மூன்று வகையினராவர். சின்ன கடை, பெரியகடை போன்ற சந்தைகளில் மீன் வியாபாரம் செய்பவர்கள், மீன்களை ஐஸ்மூலம் பதப்படுத்தி விற்பனைக் காகக் கொழும்புக்கு அனுப்புபவர்கள், கருவாட்டுத் தொழில் செய்பவர்கள். மீன்வாடியிலிருந்து சிறிது தூரத்தில் வரிசை வரிசையாகக் கருவாட்டுக் கொட்டில்கள் அமைந்திருக்கும். அதற்கு எதிராகவுள்ள வீதியின் மறுகரையில் ஐஸ்வாடிகள் உண்டு. மீன்களைக் கூடைகளில் வைத்துத் தலையில் சுமந்தபடி, இவ்விடங்களுக்கு எடுத்துவர அருகிலுள்ள 'திட்டி'ப்பகுதியைச் சேர்ந்த பெண்கள் இருக்கிறார்கள். இவர்கள் எழுதப் படாத ஒப்பந்தத்தின்மூலம் நிரந்தர வேலைக்காரர்களாக இருப்பார்கள். இவர்களுக்குரிய கூலிகள் பணமாகவும், மீன்களாகவும் கொடுக்கப்படுவதுண்டு. சமயத்தில் பாரை, கட்டா போன்ற மீன்களின் குடல்கள் அல்லது கெழுத்துமீனின் முட்டைகள் ஆகியவற்றை எடுத்துச் செல்ல இவர்கள் அனுமதிக்கப்படுவதுண்டு. இவைகளைப் பலவேளைகளில் சொந்தக்காரரே எடுத்துச் செல்வதுமுண்டு. சின்னகடையில் மீன்கள் விற்பது, மற்றும் கருவாட்டுத் தொழில் செய்வதைப் பெரும்பாலும் வயதுசென்ற, அல்லது கணவனை இழந்த, வறுமைப்பட்ட பெண்களே மேற்கொள்கிறார்கள். கெழுறு மீன்கள் பெருந்தொகையாகப் பிடிபடும்வேளை, அல்லது டைனமைற் மூலம் அதிகத் தொகையில் கொண்டுவரப்படும் சிறையா போன்ற மீன்கள், பின்னேர வாடிக்கு வரும் காலங்களில் கருவாட்டுக்காரரே அவற்றினை வாங்கிக்கொள்வார்கள். இரவிரவாக 'பெற்றோமெக்ஸ்' வெளிச்சத்தில் மீன்களைப்

பிளந்து எறிவதும், முள்ளுப்பிரட்டிப் பின்னர், கருவாட்டுக் கொட்டில்களுக்குப் பின்னால் உள்ள கடலில் கழுவுவதும், திருவிழாப்போல் காணப்படும். சிறுவர், சிறுமியர் தமது தாயார், தந்தையார், பேத்திமாருக்கான உணவை எடுத்துச் செல்வர். ஐஸ்வாடிப்பக்கம் காலை, மாலை வாங்கப்பட்ட மீன்கள், தமது கொழும்பு வியாபார முகவர்களது பெயர், முகவரி பொறிக்கப்பட்ட பலகைப் பெட்டிகளில், ஐஸ் இடப் பட்டு, மாலை கொழும்புக்குச் செல்லும் லொறிக்காக வரிசை யாக அடுக்கி வைக்கப்பட்டிருக்கும்.

முற்காலங்களில், பாய்ப்படவு காலங்களிலும் அதற்கு முற்பட்ட காலங்களிலும் கடற்கரையோரங்களில் குருமணல் விற்கப்பட்டது. அதற்காகக் குருநகரின் கிழக்குத் திசையாக உள்ள கல்முனையிலிருந்து பள்ளிக்குடா வரை நீண்டிருந்த வெண்மணற் பரப்பில் தோணிகளில் சென்று மண்ணை அள்ளிவந்து குருநகர் இறங்குதுறையில் கொட்டுவார்கள். தோணியின் சொந்தக்காரனே அந்த மண்ணுக்குச் சொந்தக் காரராவார். ரேகடடி தொடங்கிக் கிழக்குவரை நீண்டு பின் தெற்குவரை திரும்பி யாழ்ப்பாணம் புகையிலைச் சங்கக் கட்டடம் வரை கொண்டுவரப்பட்ட மண் பெரிய சதுர வடிவில் கொட்டப்பட்டிருந்ததைச் சிலர் இன்றும் நினைவில் வைத்திருக்கலாம்.

கடற்கரையை விட்டு ஊருக்குள் மீண்டும் திரும்பினால், காலையில் அப்பக்கடை, தோசைக்கடை, பிட்டுக்கடை எனச் சில கடைகள் வீட்டு முற்றங்களில் தோன்றிவிடும். காலை உணவைத் தயாரிக்க முடியாதவர்களை நம்பியே இக்கடைகள் இயங்குகின்றன. விற்பனை மந்தமாக இருந்தால், அவற்றைச் சுளகிலோ, பெட்டியிலோ, எடுத்துச்சென்று கடற்கரை வாடியில் விற்பதற்கான கடமை இளம் சிறுவர், சிறுமியர் தலையில் வந்து விழுந்துவிடும். அவர்களும், அவற்றை விற்றுவிட்டு அவசர அவசரமாகப் பாடசாலைக்கு ஓடவேண்டியிருக்கும்.

காலையில் பாடசாலை செல்லும் மாணவ மாணவி களால் வீதி கலகலத்துக்கொள்ளும். பெண்கள், ஆண்கள் இருவருக்குமான தனித்தனிப் பாடசாலைகள் உண்டு. பெண்கள் எப்போதும் வெள்ளைச் சீருடை அணிந்தபடி ‘பால்நிறத்தன்ன குழாம்படர்ந்தன்ன’ விதமாய்ச் செல்வார்கள். ஆண்கள் பாடசாலைக்குச் சீருடை கட்டாய விதியாக இருப்பதில்லை.

இதுதவிர நெசவு நிலையம், பீடி சுற்றும் நிலையம், சுருட்டுச் சுற்றும் நிலையம் என்பனவும் குருநகருக்கு உயிர்ப்பூட்டும்

தொழில் மையங்களாகும். இவை பெரும்பாலும் பெண்களுக் குரிய தொழில்களாகவே இருந்துவந்தன. ஆண்களில் சிலர் சுருட்டுச் சுற்றுதலைக் குடிசைக் கைத்தொழிலாகச் செய்ததுமுண்டு.

மதியம் சாய்ந்த பின்னர், நைலோன்வலைத் தொழிலுக்குச் செல்பவர்கள் ஆயத்தமாகி விடுவார்கள். இவர்கள் மிக ஆழ் கடலுக்குச் செல்வதனால் வேளைக்கே செல்வார்கள், இவர் களுக்குச் சற்றுப் பிந்தி, தூரக் கடலில் குறிப்பாகப் பாலைதீவு, பள்ளிக்குடா, மண்டைக்கல்லாறு போன்ற பகுதிகளுக்குச் செல்பவர்களும் சென்று, மறுநாள் காலையிலேயே கரை திரும்புவார்கள். மாலை இவ்வூரின் கலகலப்பான வேளை. கரைவலைத் தொழில் செய்பவர்கள், சம்மாட்டி வீட்டிற்குச் சென்று தமக்குரிய 'கிடைச்ச காசை' வாங்கச் செல்வார்கள். இதில் ஒரு பகுதியைக் குறிப்பாக 'வார்லவுன்ஸ்' என்று கொடுக்கப்படும் மேலதிகப் பணத்தைத் தமக்காக எடுத்துக் கொண்டு, கள்ளுக் குடிக்கச் சென்றுவிடுவார்கள். இரவில் வெறியேறிய இவர்களின் அலட்டலும், புசத்தலும் சில வீடுகளில் பெரும் தொல்லையாகவே அமைந்துவிடுவதுண்டு. இவர்களின் கிடைச்ச காசை நம்பியே பல வீடுகளில் உலையேற்ற வேண்டி யிருக்கும். அன்றாடங் காய்ச்சிகள் இவர்கள்.

பெருமரங்களின் நிழலின் கீழிருந்து கடதாசி விளையாடு பவர்களையும் வலை பொத்துபவர்களையும் சாதாரணமாகக் காணலாம். பாடசாலை முடிந்து சிறுவர்கள் தமக்குரிய சகல விளையாட்டுக்களையும், அவை ஒரு ரெனிஸ் பந்தை வைத்துக் கொண்டு உதைபந்தாட்டம் ஆடுவதாகவோ, கிறிக்கற் விளையாடு வதாகவோ, பேணிகளை ஒன்றின்மேல் ஒன்றாக அடுக்கி, அவற்றைப் பந்தால் எறிந்து வீழ்த்துவதாகவோ என்று அவரவர் களுக்குத் தெரிந்த விளையாட்டுக்களையும் வீதியோரங்களி லும் அல்லது ஒழுங்கைகளிலும் விளையாடுவார்கள். இவ் விடங்களில் 'போளை' அடிப்பவர்களையும் காணலாம். முன்னர் இவ்விடங்களில் கோழிச்சண்டை, போர்த்தேங்காய் அடித்தலும் நிகழ்ந்ததுண்டு. ஊருக்குள் இரு வாசிகசாலைகள் உண்டு. வாசிப்பவர்கள் உள்ளிருந்து வாசித்துக்கொண்டிருந் தாலும் வெளியே கடதாசி விளையாடிக்கொண்டிருப்பவர் களின் விவாதச் சத்தங்களே மேலோங்கி ஒலிக்கும். இரு வாசிகசாலைகள் அருகிலும், கரப்பந்தாட்ட மைதானங்கள் உண்டு. சிலர் விளையாடிக் கொண்டிருப்பார்கள். உதை பந்தாட்டப் பயிற்சிக்காக ஒரு மைதானம் உண்டு. அதில் ஒன்றோ பல பந்துகளோ உதைபட்டுக்கொண்டே இருக்கும்.

இருள் கவியத் தொடங்குகையில், ஒவ்வொரு வீட்டின் விறாந்தையிலும் 'அரிக்கன்லாம்பு' தொங்கிக்கொண்டிருக்கும். அதன் மங்கல் ஒளிதான் வீட்டின் முற்றத்திற்கான வெளிச்சம். அறையினுள் திரிவிளக்குத்தான். மின்சாரம் இவ்வூருக்கு வந்த பின்னர், வசதிபடைத்தவர்கள் வீடுகளில் மின்விளக்குகள் ஒளிவீசின. விளக்குகள் ஏற்றியபின் பல வீடுகளில் 'செபமாலை' சொல்லும் குரல்கள் கேட்டுக்கொண்டிருக்கும். நிலாக்காலங் களில், சிறுவர் சிறுமியர், நிலவில் குளித்துக்கொண்டிருப்பார்கள். பகலில் விளையாடிய விளையாட்டுக்களை, இரவிலும் விளையாடுவார்கள். பகலில் அரிதாகக் காணப்படும் கன்னிப் பெண்களின் பிரசன்னம், நிலாக் காலத்தில் அதிகமாகவே நிகழும். அவை வீதியில் நடைபெறும் நிலாக்கால விளை யாட்டைப் பார்ப்பதற்காகவோ, அல்லது தமக்குள் கூடிக் கதைப்பதாகவோ இருக்கலாம். வயதான தாய்மார்கள் வெளியில் கூடி ஊர்வம்புகள் அளப்பதும் இந்நிலாக் காலத்தில்தான்.

எல்லாவிதக் கூத்தும், கும்மாளமும், சந்தடிகளும் அடங்கி, அவர்கள் தூங்கப்போக, வெறிச்சோடியிருக்கும் வீதிகளில் ஆங்காங்கே நாய்கள் படுத்திருக்கும். தென்னைகளின் ஓலை கள் காற்றின் வேகத்திற்கு ஏற்ப இசைகொண்டாடி, இவர் களைத் தூங்கத் தாலாட்டுப் பாடுவதுபோல் இருக்கும். எல்லா வற்றையும் மேல்நின்று பார்த்துக்கொண்டு இருக்கிறோம் என்பது போல் வானில் வெள்ளிகளின் மினுக்கம். 'உங்கள் வாழ்வும் சிலவேளைகளில் உங்கள் விதியும் என் மடியில்தான்' என்பதாய்க் கடலலைகள் கரையில் வந்துவந்து மோதிச் செல்லும்.

மீண்டும் ஒரு திருந்தாதி மணியோசைக்காகவும், புது நாளின் உயிர்ப்பிற்காகவும் குருநகர் மக்கள் அசந்து தூங்கிக் கொண்டிருக்கிறார்கள்.

❖

இருளோடு வெளியேறி

கடல் தன் மெல்லிய அலைகளுடன் தன் புதல்வர்களை 'வா' 'வா' என அழைத்துக்கொண்டிருக்க, அலை அசைவிற்கேற்ப ஆடிக்கொண்டிருக்கும் படகில் தமது அன்றைய தொழிலுக்கான ஆயத்தங்களுடன், மீனவர்கள் ஏறிக்கொள்வார்கள். தூக்கம் இன்னமும் முறிந்திருக்கா நிலையில், அவர்களில் சிலர், படகில் ஏறியவுடன் வலைகளின் மேல் குறண்டிக்கொண்டு படுத்துக்கொள்வார்கள். அணியத்தில் இருப்பவர்கள் உடன் படுத்துவிட முடியாது. ஏனெனில் ஆழம் குறைந்த பகுதியிலிருக்கும் படகை, அணியத்திலிருப்பவர்களில் ஒருவர் 'மரக்கோல்' மூலம் தாங்கி, பணிவுகடலுக்குள் கொண்டுசெல்ல வேண்டும். அதன் பின்னர், இஞ்சின் ஸ்ராட் ஆகியவுடன் அவரும் படுத்துவிடுவார். 'கடையாலில்' நின்று 'சுக்கான்' பிடிப்பவரைத் தவிர, மற்றவர்களில் அனேகமானவர்கள் படுத்துவிடுவார்கள். இஞ்சின் கூட்டிற்கு மேலேயும், கிழங்கு அடுக்கியதுபோல் சிலர் படுத்திருப்பார்கள். அலையில் மறிப்பை எதிர்த்து விரையும் படகின் அசைவிற்கு இசைந்து கொடுத்தபடி துயிலும் வித்தை இவர்களுக்கு அனுபவத்தின்மூலம் வாய்த்துவிடுகிறது. இவர்களில் தூக்கமின்மை கொண்டவர்கள் வெள்ளிகள் மினுங்கும் வானையோ, இருள்செறிந்தபடி தூர விலகிப்போகும் ஊரையோ பார்த்துக்கொண்டிருக்கலாம் அல்லது நாளைய வயிற்றுப்பாடு பற்றி யோசித்துக்கொண்டிருக்கலாம். கடலை நம்பிப் பிழைப்பு நடத்தும் தம்மைத் தமது கடலன்னை ஒருபோதும் கைவிடமாட்டாள் என்ற நம்பிக்கை மட்டும் எல்லோர் அடிமனத்திலும் நிரந்தரமாக வேர்கொண்டிருக்கிறது.

'சுக்கான்' பிடிக்துக்கொண்டிருப்பவர் கடலிலிருந்து வீசும் ஈரக் காற்றின் வெடவெடப்பிற்கு இதமாக, தனது சாரத்தை அவிழ்த்து முதுகையும் தலையையும் மூடியபடி அணியத்தை, முகத்துவாரக் கட்டையை நோக்கி வைத்தபடி, சுக்கான் பிடித்துக் கொண்டிருப்பார். முதுகையும் முகத்தையும் மூடிய சாரம் காற்றின் வேகத்தில் படபடவென அடித்துக்கொள்ளும். சிறிது தூரம் ஓடியபின், பாசையூர் புனித அந்தோனியார் கோவிலிற்கு நேராகப் படகு வந்தவுடன், இஞ்சின் வேகம் குறைக்கப் பட்டு, கோவிலிருக்கும் திசைநோக்கி அணியம் திருப்பப்படும். இதை இவர்கள் புனித அந்தோனியாருக்குச் செலுத்தும் வணக்கமாகவே கொள்கிறார்கள். பின்னர், மீண்டும் முகத்துவாரத்திற்கு அணியம் திரும்பிவிடும். முகத்துவாரம் தாண்டிய பிறகே எங்கு 'பாடு' வளைக்க வேண்டுமென 'மண்டாடி'யால் தீர்மானிக்கப்பட்டதோ அவ்விடம் நோக்கிப் படகு விரையும். விரையும் படகின் திசைகாட்டியாக, இருளில் மின்னும் வெள்ளிகளின் குறிப்பைத் தவிர வேறெதையும் இவர்கள் கொண்டதில்லை.

சோழகக் காற்றுக் காலங்களில் காற்று மிக வேகமாக வீசும். அதன் வீச்சின் வேகத்தில், வீடுகளிலுள்ள தென்னையின் பழுத்த ஓலைகள் பிடுங்குண்டு தூர வீசப்படும். கடலில் அலையின் வேகம் மிக மூர்க்கமாகவே இருக்கும். இக்காற்றை இவர்கள் 'சோழகராசா' என அழைப்பதும் உண்டு. இவ்வாறு வேகங்கொண்டு வீசும் காற்றுடன் எழும் பெரிய பெரிய அலையுடன் படகின் அணியம் மோதிச் செல்கையில், இரு கரையும் பிரியும் கடல் 'ஓ' வென்ற பெரும் இரைச்சலை எழுப்பும். கடலைப் பிரித்துப் பதிந்த அணியம் மேலெழு முன்னர் மறு அலை வந்து அணியத்தில் மோதுகையில், கடல்நீர் சிதறி மேலெழுந்து மழைபோல் படகில் உள்ளவர்கள் மேல் கொட்டும். அப்போது அவர்கள் கோழிகள்போல் தலையைக் குனிந்தபடி நனைந்து கொண்டிருப்பார்கள். இக்காலங்களில் பலர் இஞ்சின் கூட்டுக்குள் பாதுகாப்பாகவே இருக்க முயல்வதுண்டு. ஆனால் ஓரிருவருக்கு மட்டுமே அதற்குள் இடம் இருக்கும்.

இப்போது இவர்கள் எதிரில் கரைந்துகொள்ளத் தயாராகும் இருளில், தூரத் தூண்டில் போட்டுக்கொண்டிருப்பவர்களின் சிறிய வள்ளங்களில் தெரியும் 'லோமியா' விளக்கின் ஒளி ஆங்காங்குத் தென்படும். அல்லது முதல்நாள் 'தங்குகடலுக்குச்' சென்ற படகுகள் கரைதிரும்பும் சத்தங்கள் கேட்டுக்கொண் டிருக்கும். தங்குகடல் என்பது மீன்பிடிக்கச் சென்று மாலை கரைதிரும்பாமல் இரவும் தொழில் செய்துவிட்டு, மறுநாள்

காலை கரைதிரும்புதலைக் குறிக்கும், மற்றும் அகலப்பாட்டில் தொழில் செய்து திரும்புபவர்களின் போட்டுக்களும் இரைச்சலுடன் கரை திரும்பிக்கொண்டிருக்கும்.

வாடைக்காற்றுக் காலமதில், காற்று வேகமின்றி மிகச் சீராக வீசிக்கொண்டிருக்கும். படகு, வலை வளைப்பதற்குரிய இடத்தை அடையுமுன்னரே சில வேளைகளில் வெள்ளாப்பு நீங்கி, அடிவானில் செம்பிறைபோல் சூரியக்கீற்றுப் புலப்படத் தொடங்கும். கடல்நீர்மேல் செங்கதிர்களின் நடனம் ஆரம்பமாகும். பொழுது மேலே ஏற ஏற, செங்கதிர்கள் வெள்ளி ஒளிகொண்டு கண்ணாடித் தெறிப்பாய் மின்னத் தொடங்கும். அணியத்தில் இருந்து கடல்நீரை நோக்கினால் கடலடியிலுள்ள 'வாட்டைளை', 'சாதாளை' போன்ற கடற்தாவரங்கள் நீரோட்டத்தின் திசையில் சரிந்திருக்கும். நீரோட்டம் இல்லாவிடில் அவைகள் எழுந்து நின்றபடி அசைந்துகொண்டிருக்கும். நிலவுக் காலங்களில் கடலினுள் அசையும் ஒவ்வோர் அசைவோடும் நிலவின் கவிர் தொடர்ந்து வழிந்துகொண்டிருக்கும். 'கோடைகொண்டல்' காலங்களில் காற்று அசைவின்றிக் கண்ணாடி ஸ்படிகம்போல் காட்சியளிக்கும். இக்காலங்களில் கடலில் ஆழமான பகுதிகளில்கூட, கடலின் அடியிலுள்ள தரையினையும், அதனிலுள்ள தாவரங்களையும் கண்டுகொள்ளலாம். கடையால் பக்கமாக எஞ்சினை உந்தும் 'புறொப்பிளர்' சுற்றுவதனால் ஏற்படும் நீர்ச்சுழற்சியில் உருவாகும் நுரைகள், சிறு பாலாறு ஒன்றைப் படகின் பின்னால் வழிய விட்டுக் கொண்டே தொடர்ந்து வரும்.

வலை வளைக்க வேண்டிய பாடு நெருங்கியவுடன், அதன் கரையில் 'கடவத்துக்கென' ஆட்களை இறக்குவார்கள். அத்துடன் ஒருவர் உறுதியான கம்பு ஒன்றில், 'கம்பான் கயிற்றை' இறுகக் கட்டியபடி இறங்குவார். அல்லது கம்பான் கயிற்றை ஒரு கையிலும் மறுகையில் கம்பையும் கொண்டு இறங்கி, அதனை மிக வலிமையுடன் கடலினுள் ஊன்றிப் பாய்ந்து கயிற்றைக் கம்பினில் கட்டிவிடுவார். (இது வலை வளைத்துச் செல்லும் படகின் வேகத்தில் கம்பான்கயிறு இழுபட்டுச் சென்றுவிடாமல் இருப்பதற்காகவே இவ்வாறு இறுகக் கட்டப்படுகிறது.) ஏனையவர்கள் கரையேறிக் கொள்வார்கள். அப்போது வெண் கரைமணல் தன்மேல் தழுவ வரும் மெல்லிய அலைகளுக்குத் தன் மேனியை வளைந்து கொடுப்பதுபோல் இருக்கும். இந்த அமைதியையும் கரையின் வெண்மையையும் சோழகக் காற்றுக் காலங்களில் பார்க்கவே முடியாது. எங்கும் இரைந்து கரைமோதும் அலை கொண்டு வரும் சாதாளைகளால் பாசிகளால் கரைநீளம் மூடிக் கிடக்கும்.

கரையேறும் மீனவர்கள், தாம் கொண்டுவந்த விடியச்சோற்றைச் சாப்பிடத் தொடங்கிவிடுவர். ஏனெனில் வலை வளைத்து, பழங்கயிறு நாரியில் பூட்டி இழுக்கத் தொடங்கினால், மடிநெருங்கி மீன் பிடிக்கும்வரை, சிலவேளை நண்பகல்வரை சாப்பிடுவதற்கு அவர்களுக்கு நேரம் கிடைப்பதில்லை. சிலர் ஒரு பாடு வளைத்த பின்னரும் சாப்பிடுவார்கள். சிலவேளை களில் கரை இல்லாமல் கடலினுள் இருக்கும் களங்களில், அதாவது இடுப்பளவு உள்ள தண்ணீரில் நின்று வலை இழுக்க வேண்டி ஏற்படுவதுண்டு, அப்போது அவர்கள் தங்கள் விடியச் சோற்றை எடுத்துக்கொண்டு இறங்கமாட்டார்கள். ஒரு பாடு வளைத்தபின் படகில் வைத்துச் சாப்பிட்டுக்கொள்வார்கள்.

படகில் வலைதெரிந்து இறக்க ஐந்து அல்லது ஆறு பேர்கள் மட்டும் இருக்க, ஏனையவர்கள் இவ்வாறு கடவத் துக்கு இறக்கிவிடப்படுவார்கள். எத்தனை கம்பான் கடலினுள் இறக்கப்படவேண்டும் என்பதை மண்டாடியே தீர்மானித்துக் கொள்வார். சாதாரணமாக ஒரு பாட்டிற்குப் பத்துக் கம்பான் கயிறுகள், சிலவேளைகளில் பதினைந்து, இருபது எனவும், அதற்கு மேலும் செல்வதுண்டு. சிலவேளைகளில் நான்கு, ஐந்து எனக் குறைவாகவும் இருக்கும். இவ்வெண்ணிக்கைகள் பாடு, பணிவின் தன்மை, நீர்முறைகள் என்பவற்றைப் பொறுத்து அமையும். சிலநேரங்களில் நீர் வடுக்கொண்டு வேகமாக ஓடினால், நீரின் வேகத்திற்கு வலை அல்லது மடி இழுபட்டுச்சென்று, கடலின் அடியில் படர்ந்திருக்கும் கற்பார் களில் சிக்கிவிடும். இதனால் தொழில் செய்ய முடியாது போய்விடுவதுடன், வலைகளைப் பாரிலிருந்து மீட்டெடுக்கும் மிகப்பெரிய கடின வேலையாவதுடன், வலையிலும் பலத்த சேதாரங்களை ஏற்படுத்திவிடும். இவைகளுக்கு ஏற்ற விதமாகவே கம்பான்கயிறுகள் இறக்கப்படும்.

நீர்முறைக்கு ஏற்ற விதமாக வலை வளைக்கும்போது, நீர் தணிந்து ஏற்றவிதமாக மாறிவிட்டதா எனக் கண்டறிய இவர்கள் கைக்கொள்ளும் முறை அலாதியானதே. ஒருவர் படகின் ‘ஒட்டத்தில்’, மரக்கோலைப் பிடித்தபடி நின்று, கடல் அடிமண்ணில் மரக்கோலின் அடிப்பாகம் படும்படி ஓங்கிக் குத்தி, மரக்கோல் அடிப்பக்கம் மண்ணைவிட்டு மேலெழாதவாறு அழுத்திப் பிடித்துக்கொண்டிருப்பார். இப்போது மரக்கோல் உதைப்பின் அழுத்தம் காரணமாக, சிறுசிறு நீர்க்குமிழ்கள் மேலெழும். மரக்கோலிலிருந்து நீர் விலகி மேலெழுந்தால், இன்னமும் நீர் ஓடிக்கொண்டிருக்கிறது என அறியப்படும். குமிழ்கள் மரக்கோலை மருவி மேலெழுந் தால் நீர் தணிந்து விட்டது என்பதே அர்த்தமாகும். இது

வலைவளைப்பதற்குரிய உகந்த நேரமாக, அந்த அந்தப் பாடு களின் தன்மையைக் கொண்டே கணிக்கப்படும். சில பாடு களில் நீர் வடுக்கொண்டு ஓடும்போதும் வலைவளைப்பதுண்டு.

இறக்கவேண்டிய கம்பான் கயிற்றை இறக்கியபின், அதன் முடிவில் 'ஈரவலை' எனப்படும் கயிற்றினால் இழைக்கப்பட்ட வலையை அதனுடன் முடிந்து இணைத்துக் கடலில் இறக்கு வார்கள். இவ்வலையின் 'மோவலையில்', 'புணை' எனப்படும் மிதக்கக்கூடிய மரவேரின் துண்டைப் 'பெருக்கியிருப்பார்கள்.' அதன் 'மடவலையில்' சிறுசிறு இடைவெளிகளில் கற்களைப் பெருக்கியிருப்பார்கள். இவற்றைக் கடலினுள் இறக்கும்போது, படகின் 'வங்குகளுள்' மடக்கெறிந்து அடுக்கப்பட்டிருக்கும் வலைகளை, வங்குகளின் மேலுள்ள 'கூத்துவாரியில்', ஒருவர் நின்றுகொண்டு இளக்கிக்கொண்டேயிருப்பார். அப்போது இப்புணைகள், கற்கள் வலையின் அளிகளுக்குள் சிக்குண்ட படி வெளிவரும். இவற்றை எஞ்சின் கூட்டின் இருகரையில் நிற்பவர்கள், சிக்கில்லாமல் மடவலை, மோவலை எனத் தெரிந்தெடுத்துக் கடலினுள் இறக்குவார்கள். இப்போது மோவலை புணையின் துணையுடன் கடலில் மிதந்துகொண் டிருக்க, மடவலையானது கற்களின் கனதியால் கடலின் அடியில் தாழ்ந்தும், குறிப்பாக மண்ணுடன் அரைந்துகொண்டும் இருக்கும். இப்போது வலையானது, கடலினுள் வேலிபோன்று காணப்படும். ஈரவலையைத் தொடர்ந்து ஈலக்கண்ணி, நடுவணி, மாலக்கண்ணி, மாரிவலை போன்றவற்றைத் தொடர்ச்சியாக இறக்கிக்கொள்வார்கள். இதன் பின்னர், மீன் பிடிப்பதற்கு அத்தியாவசியமான மடியை, மாரிவலை யுடன் 'பிதைந்து,' இறக்குவார்கள். மடியின் மோவலை வழமைபோல் புணையுடனும், மடவலை முன்னையதைப் போல் அல்லாமல் கற்கள் மிகமிக நெருக்கமாகப் பெருக்கி யிருப்பார்கள். இது மடியைத் தேடிவரும் மீன்கள் எவையும் மடவலைக்குக் கீழாகச் சென்று தப்பிவிடக்கூடாது என்பதற் காகவே. இதன் பின்னர், தொடர்ச்சியாக மாரிவலை, மாலக் கண்ணி, நடுவணி, ஈலக்கண்ணி, ஈரவலை இறக்கப்பட்டுக் கொண்டே வரும். இப்போது குறிக்கப்பட்ட பாட்டின் அளவின் நடுவில் மடியானது இருக்க, அதன் இருபக்கமும் இணைக்கப் பட்ட வலையானது வேலிபோல் அமைந்திருக்கும். இவ்வெல்லை களுக்குள் அகப்பட்ட மீன்கள், இருபுறமும் வெளியேற முடியா மல், மடியைத் தேடியே ஓட வேண்டியிருக்கும் அல்லது மடிக்குள் சென்று பின் அங்கிருந்து வெளிவந்துகொண்டிருக்கும்.

இவ்வாறு ஈரவலை இறக்கப்பட்டபின், படகின் இஞ்சின் கூட்டில் நிற்பவர்கள் இனி வலையை இழுக்கத் தொடங்கலாம்

என்னும் பொருள் குறித்து, கையால் 'லாவு'வார்கள். கரையி லிருந்து, படகின் அசைவுகளை அவதானித்துக்கொண்டிருப் பவர்கள், இந்த லாவுதலைக் கவனித்துவிட்டு, கரையில் கம்புடன் நட்டிருந்த கம்பான்கயிற்றைப் பிடித்து, வலையைக் கரைநோக்கி இழுக்கத் தொடங்குவார்கள். இவ்வாறு லாவா விட்டாலும்கூட, வலைகள் இறங்கிவரும் அமைப்பைப் பார்த்துப் புரிந்துகொண்டும் இழுக்கத் தொடங்கிவிடுவார்கள். வரிசைவரிசையாக நின்றபடி நாரியில் சுற்றியிருக்கும் பழங் கயிற்றினால், கம்பான்கயிற்றைச் சுற்றிப் பலமாகச் சேர்ந்து இழுப்பார்கள். கைப்பொறுப்பில் இழுக்காமல் நாரிப் பொறுப்பி லேயே இழுப்பார்கள். காலைக் கடலினுள் உதைத்தபடி நிறுத்தி, அனைவரும் வலது காலை ஒன்றாகத் தூக்கிவைத்து, நாரியால் பின்நோக்கிச் சரிந்து இழுப்பார்கள். இவ்வாறே இடது காலைத் தூக்கி வைக்கும்போதும், இவ்வாறு இழுத்தபடி பின்செல்பவர் கள் சிறிது கரையேறியதும், கம்பான்கயிற்றை விட்டுவிட்டு வரிசையின் முன் வந்து, பழங்கயிற்றைப் பூட்டி இழுப்பார்கள். இவ்வாறு அனைவரும் தொடர்ந்துகொண்டிருப்பார்கள். இத் தொடரலுடன் அம்பாப் பாடல்கள் ஆரம்பமாகிவிடும்.

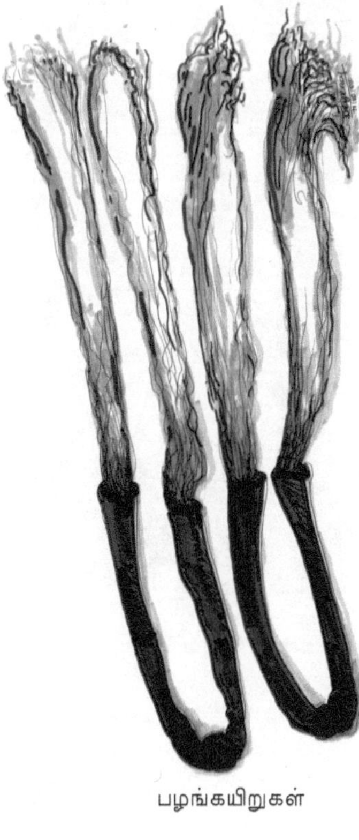

பழங்கயிறுகள்

இப்போது இஞ்சின் படகில் நிற்பவர்கள் ஈரவலையுடன் தொடர்ந்து, ஒன்று அல்லது இரண்டு கம்பான்கயிற்றை இறக்கியபின், கயிற்றின் நுனியைச் சுக்கான் பகுதியுடன் இருக்கும் சுக்கான்பத்தில் கட்டிவிட்டு, எஞ்சினால் ஒரு சீரான வேகத்தில் கரைநோக்கி இழுத்துச் செல்வார். ஒருபுறம் கடவத்துக்காரர் இழுக்க, மறுபுறம் எஞ்சின் படகு இழுத்துக் கொள்கிறது.

இத்தொழில் முறைக்கு, எஞ்சின் அறிமுகமாவதற்கு முன்னர் பாய்களின் துணைகொண்டே மீன்பிடித்தார்கள். இதை இவர்கள் பாய்ப்படவுத் தொழில் என அழைப்பார்கள், இப் பாரிய படகு துறையிலிருந்து புறப்படும்போது, கடையாலி லிருந்து அணியம்வரை தொழிலாளர்கள் தாங்கியபடி சிறிது தூரம் சென்றபின்னரே, அதுவும் காற்றுப் பலமாக வீசினால், பாயை ஆஞ்சான் கயிற்றுமூலம், 'பருமல்' எனப்படும் பாய்

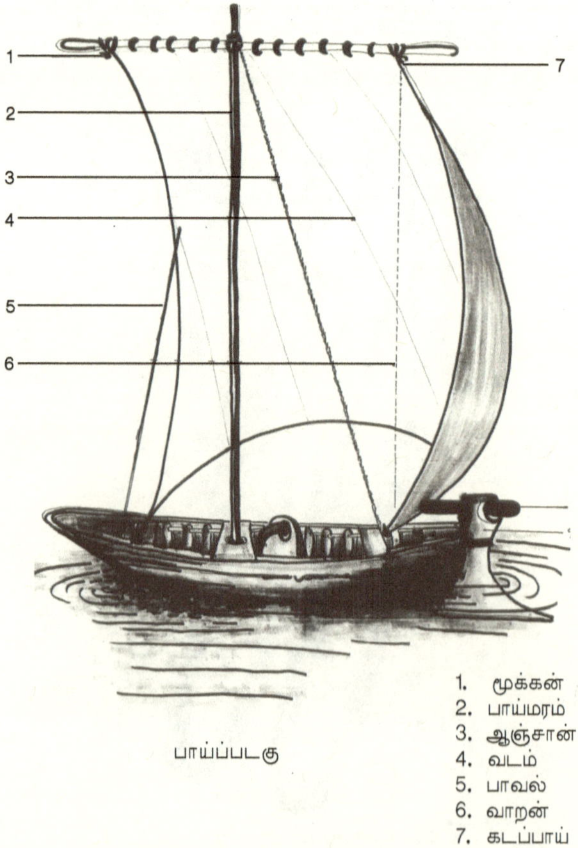

பாய்ப்படகு

1. மூக்கன்
2. பாய்மரம்
3. ஆஞ்சான் கயிறு
4. வடம்
5. பாவல்
6. வாறன்
7. கடப்பாய்

மரம் நுனிவரை இழுத்துக் கடையால்பத்தியில் கட்டிவிடு வார்கள். பாய்மரம், கூத்துவாரி என அழைக்கப்படும் படகின் நடுமையத்தில் உள்ள, தடித்த பலகையில் மையத்திலுள்ள வட்டமான, பாய்மரத்தின் அடிப்பாகம் பொருத்தமாக இறங்கக் கூடிய ஓட்டைக்குள்ளால் இறக்கப்பட்டும், அதன் அடிப்பகுதி பொறுப்பாக இருப்பதற்காக, இந்த ஓட்டைக்கு நேர்க்கீழாக உள்ள வங்கில் ஏற்படுத்தப்பட்டிருக்கும் 'பூவெச்சம்' என்னும் இன்னொரு குழிக்குள் இறக்கப்படும். விரிந்திருக்கும் பாய்க் கூடாக, காற்று அரிந்து போகாமலிருக்க 'யாளி' என அழைக்கப்படும் நீண்ட மரப் பட்டையினால், கடல்நீரை அள்ளி, பாய்நோக்கி வீசி, அதை ஈரமாக்கி விடுவார்கள். அதேவேளை பாய் பொறுப்பாக இருக்கப் பாயின் ஒருபக்க முனையின் நடுப்பகுதியில் தூங்கும் கயிற்றில், 'பாவல்' என்ற தடித்த கம்பைச் சுற்றிப் படகின் உட்பக்கமாய் வங்குகளில் இணைக்கப்பட்டிருக்கும் ஓட்டம் போன்ற பகுதியினுள் பொறுப்பாக நிறுத்தியிருப்பார்கள். அத்தோடு பாயின் மறு பக்க மேல் நுனியில் 'கடப்பாயுடன்' கட்டப்பட்டிருக்கும் 'வாறன்' என்ற நீண்ட கயிற்றை அநேகமாகச் சுக்கான் பிடிப்பவர் கையில் பிடித்திருப்பார் அல்லது கடையால் உள் பக்கமாகவுள்ள ஓட்டத்தில் கட்டப்பட்டிருக்கும். சோழகக் காற்றுக் காலத்தில், எப்போதும் காற்றுப் பலமாக வீசுவதால், அதிகம் தாங்கிச்செல்ல வேண்டியிருக்காது. இவ்வாறே, வலை வளைக்கும்போது ஈரவலையைத் தொடர்ந்து, கடவத்துப்புறம் போட்ட அதே எண்ணிக்கையுள்ள கம்பான்கயிற்றை இறக்கிக் கொண்டு கரைநோக்கி விரைந்துவந்து, இருபுறமும் மீனவர்கள் நின்று இழுக்கத் தொடங்குவார்கள். இவ்வாறு இருபுறமும் இழுக்கப்படும்போது அகன்றிருந்த பாட்டின் பரப்பளவு மெல்ல மெல்லக் குறுகிக்கொண்டே வரும். இவ்வாறு குறுகிக் கொண்டு வரும் கம்பான் கயிற்றைக் கடலினுள் வைத்து வளையம் வளையமாக வளைத்துப் படகினில் ஏற்றிக்கொள்வார். இதற்குப் பெரும்பாலும் சிறுவர்களே பணிக்கப்பட்டிருப்பார்கள்.

இவ்வாறு வலைகள் இழுக்கப்பட்டுக் கொண்டிருக்கை யில் 'மேலாப்பாச்சி' என்பவர், மடியின் வருகையைக் கண்காணிக்க, மடிநோக்கி நீந்தத் தொடங்குவார். இவர் மடியை நெருங்கியதும், மடி சீராக வருகிறதா என்பதையும், மடி கடலிலுள்ள ஏதாவது கற்களில் கொழுவியிருக்கிறதா என்பதையும் கவனித்துக்கொள்வார். மடி கற்களில் சிக்குப் பட்டிருந்தால், சுழியோடி அவற்றை எடுத்துவிடும் பொறுப்பு அவருடையதே. மேலும் அவர் மடியுடன் கூடவே நீந்தியபடி வந்துகொண்டிருப்பார். இவ்வேளைகளில் கடலினுள் மூழ்கி வலைக்குள் அகப்பட்டிருக்கும் மீன்களையும் கணக்கெடுத்துக்

கொள்வார். மடி ஒருபக்கம் அதிகமாக இழுபட்டிருந்தால், மறுபக்கத்தை விரைவாக இழுக்கும்படி கையால் லாவுவார். வலது புறமாக இழுக்க வேண்டியிருந்தால் வலது கையைத் தூக்கியும், இடது புறமாக இழுக்க வேண்டியிருந்தால் இடது கையையும் தூக்கி லாவுவார். கரையிலிருந்து இவரது சைகைகளை அவதானித்துக்கொண்டிருக்கும் மீனவர்கள் அதற்கேற்ற விதமாக ஆட்களைப் பகிர்ந்துகொள்வார். உதாரணமாகக் கீழ்ப்புறம் (கடவத்திற்கு இறங்கியவர்கள் நின்று இழுக்கும் பகுதி) இழுபடவேண்டியதாக இருந்தால் மேல்புறத்து (வலைகளைக் கடலினுள் இறக்கிக் கரை வந்தவர்கள் நின்று இழுக்கும் பகுதி) தொழிலாளர்கள் மிக மெதுவாக இழுத்துக்கொண்டு, சிலரை மறுபக்கம் சென்று இழுக்க விடுவார்கள். மேலாப்பாச்சி இரு கைகளையும் உயர்த்தி, வலமும் இடமுமாக மாறிமாறி லாவினால், வலைக்குள் அதிகமான மீன்கள் அகப்பட்டிருக்கிறது எனவே, வலைகளை மிக விரைவாக இழுத்துக் கரைசேர்க்க வேண்டும் என்பதே பொருளாகும்.

இவ்வேளை மீனவர்களது உற்சாகம் கரைபுரண்டுவிடும். ஆரவாரமிட்டபடி விரைந்து நடந்து வலையைப் பூட்டி இழுக்கும் அவர்கள் வேகத்தில், கடல்நீர் ஓசையுடன் இருபுறமும் தெறித்துக்கொள்ளும். அம்பா ஓசையிலும் விரைவு ஏறிவிடும். மடி நெருங்க நெருங்க ஆரவாரமும், கூச்சலுமாகக் கடல் அல்லோலகல்லோலப்பட்டுக்கொண்டிருக்கும். மடி மிக நெருங்கி வந்தவுடன், மடிக்குள் இருக்கும் மீன்கள்

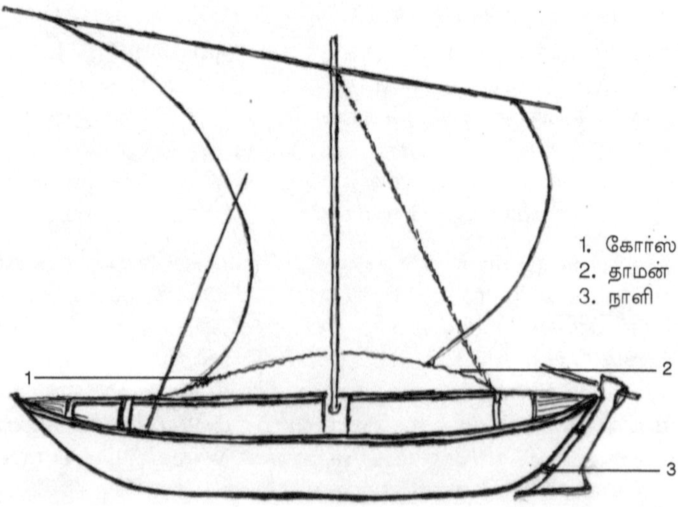

பாய்ப்படகு

வெளியேறாமல், ஒடுங்கி நின்று இருபுறமும் இழுக்கப்படும் வலைக்குக் குறுக்காக, 'எருவலையைப்' பிடித்துக்கொள்வார் கள். இப்பொழுது மீன்கள் எங்கும் தப்ப முடியாது. இருபுறமும் வேலியாக வலைகள்; ஆழமான கடல்நோக்கி ஓடினால் விழுங்குவதுபோல் விரிந்துவரும் மடி; கரையை நோக்கி ஓடிவந்தால் எருவலையின் மறிப்பு. மடி நெருங்கி வந்து, எருவலையை முட்டும்வேளை, எருவலையைப் பிடித்துக் கொண்டு நிற்பவர்கள் கடலினுள் மூழ்கி மடியின் மடவலை யைப் பிடித்து, கடல்நீருக்கு மேல் தூக்கிப் பிடிக்க, சிலர் மோவலையையும் அவ்வாறு தூக்கிக்கொள்வார்கள். இப்போது மடி வட்டவடிவில் விரித்துப் பிடிக்க, பிடிபட்ட மீன்கள் அனைத்தும் மடிக்குள்.

வட்டமாக மடியைப் பிடித்துக்கொண்டிருக்கும் தொழி லாளர்கள், மடியை உட்புறமாக இழுத்து, இழுத்து மடியை நெருக்கும்போது, பாசிகள், தேவையற்ற மீன்களைக் கழித்து எறிவார்கள். பின் 'விட்டுக்கட்டும்மடிக்குள்' மீன்களை விட்டுக் கட்டுவார்கள். இது பிடிபட்ட மீன்களை இன்னொரு சிறிய மடிக்குள் விட்டு, மடியின் நான்கு மூலையிலும் நான்கு கம்புகளைக் கடலினுள் ஊன்றிப் பாய்ந்து, மடியின் நான்கு முனைகளைக் கடல்மேல் கம்பிலும், கடலினுள் கம்பின் அடிப்புறத்திலும் கட்டிவிடுவார்கள். மீன்கள் சதுரமாக்கப்பட்ட வலைக்குள் இறந்துபோகாமல் ஓடி ஓடித் திரிந்துகொண்டிருக்கும்.

இவ்வாறு வலை வளைத்து மீன் பிடிக்கும்வரை மழை பெய்தாலும் வெயில் சுட்டெரித்தாலும் இவர்களால் வலையை விட்டு விலக முடிவதில்லை. சுட்டெரிக்கும் வெயிலிற்குத் தம் மேனியைக் கடலினுள் அமிழ்த்தி எடுக்கலாம். மழை பொழிகையில் கடல்மேல் மெல்லிய ஓசையுடன் உருவாகும் குமிழ்களைப் பார்த்துக்கொண்டு இழுக்கலாம் அவ்வளவுதான். மழை, வெயில், குளிர் எதுவாயினும் இவர்கள் எதனைக் கொண்டும் தம் உடலை மூடிக்கொள்வதில்லை. அவ்வாறு மூடிக்கொள்வது தொழில்சார் வீரத்திற்கு இழுக்கு எனக் கருதுகிறார்கள். அவ்வாறு முனைபவர்களுக்குக் 'கூதறப்பயல்' என்ற இழிவான பட்டப்பெயரும் வாய்த்துவிடும்.

ஒருபாடு வளைத்த பின்னர், இரண்டாவது பாடு வளைக்கப் போய்விடுவார்கள். இவ்வாறு சராசரி இரண்டு பாடுகள் வளைத்துக்கொள்வார்கள். சிலவேளைகளில், மூன்று பாடுகளும் வளைத்துக்கொள்வார்கள். பின்னர், பிடித்த மீன் களை 'மடிவாரி'க்கொண்டு, முன்னர் விட்டுக்கட்டும் மடியில் விட்டுள்ள மீன்களையும் மடிவாரிக்கொண்டு கரைதிரும்பு வார்கள்.

விட்டுக்கட்டும் மடி

சில பருவக் காலங்களில், குறிப்பாக, குருநகர் இறங்கு துறைக்கு இறக்குமதிக்காய் வரும் வெளிநாட்டுக் கப்பல்களின் வரவிற்குப்பின், மீன்கள் பெரும் தொகையில் கூட்டம் கூட்ட மாகக் காணப்படும். இதனைச் 'சிவப்புக்கட்டுதல்' எனக் குறிப்பிடுவர். இக் காலங்கள் குருநகரின் வசந்தகாலமாகும். இத்தொகை மீன்கள், கடலின் ஆழமான பகுதிகளில் காணப் பட்டால் அதாவது கரையில் நின்று வலைவளைக்க முடியாத பகுதிக்கு அப்பால் தென்பட்டால், அதைப் பிடிப்பதற்காக வேறு முறையைக் கையாள்வார்கள்.

இக்காலங்களில் இரு படகுகள் இணைந்துகொள்ளும். கூடவே ஒரு வள்ளத்தையும் இணைத்துக்கொள்வார்கள். மீன்கள் தென்படும் இடத்திற்குச் சற்றுத் தூரத்தில் மடியை இறக்குவார்கள். அதற்குமுன் மடியின் மடவலையில் கட்டப் பட்டிருக்கும் கற்களுக்கு இடையில் நீண்டதும் வலிமை மிக்கதுமான கயிற்றினை முடிந்துகொள்வார்கள். இக் கயிறு, மடவலை எவ்வளவு தூரம் கடலினுள் இறங்கிக்கொள்ள முடியுமோ அவ்வளவு தூரம் இறங்கிக்கொள்ளக் கொடுக்கக் கூடியதாக இருக்கவேண்டும். மடி இறக்கப்பட்டவுடன் கயிற்றின் மறுமுனைகளைப் பிடித்தபடி வள்ளத்தில் சிலர் மடியுடன் இருக்க விடப்படுவார்கள். மடியின் இருபுறமாக, இரு படகுகள்மூலம் வலைகள் இறக்கப்பட்டு, மீன்களை வலைக்குள் அடக்கிக்கொள்வார்கள். இப்போது மனிதர்கள் முயற்சியின்றிப் படகுகள் மூலம் வலை இழுக்கப்படுகிறது. வலைகள் நெருங்க நெருங்கச் சிவப்புக்கட்டி நிற்கும் மீன்கள்,

வெளியேறிவிடாமல் இருக்க மீனவர்கள் கடலினுள் பாய்ந்து, கடல்நீரைக் கைகளால் அடித்து ஓசை எழுப்பியபடி இருப் பார்கள். முன்னர் குறிப்பிட்ட எருவலையின் பயன்பாட்டிற் காக ஆழமான பகுதிகளில் இம்முறை மேற்கொள்ளப்படுகிறது. மீனவர்களின் ஆரவாரங்களினாலும் கடலில் ஏற்படும் 'உளக்கி னாலும்' திகில்கொண்ட மீன்கள் மடிதேடியே ஓடத்தொடங்கும்.

இப்போது மேலாப்பாச்சி, மடியின் மடவலையுடன் அடிக்கடி சுழியோடிக்கொண்டிருப்பார். மடிக்குள் சிவப்பு முழுவதும் புகுந்துகொண்டவுடன் (ஒருசில மீன்கள் மடிக்குள் புகுந்துகொண்டதும் ஏனைய மீன்களும் அதனைப் பின் தொடர்ந்து சென்றுவிடும். சிலவேளை கணிசமான மீன்கள் கழிந்து வெளியேறிவிடுவதும் உண்டு.) மேலாப்பாச்சி மேல் வந்து மடவலையை இழுக்கச் சொல்வார். இப்போது வள்ளத் தில் நின்று மடவலையின் கயிற்றைப் பிடித்துக்கொண்டிருப் பவர்கள் மடவலைக் கயிற்றை மேலே இழுப்பார்கள். மட வலை மேலே வரும்போது மற்றவர்கள் மோவலையைப் பிடித்துக்கொள்வார்கள். இப்போது மீன்கள் அனைத்தும் வலைக்குள். பிறகென்ன மடிவாரவேண்டியதுதான்.

மடிவாரிப் படகினுள் கொட்டப்படும் மீன்கள், வாலும் தலையுமாகத் துடித்து, ஒன்றையொன்று அடித்துக்கொள்ளும் போது சிதறும் செதிள்கள், ஏறிய வெயிலில் கறுத்துத் திரண் டிருக்கும் மீனவர்கள் மேனியில் கண்ணாடித் துகள்களாய் ஒட்டியிருக்கும். கெழுறு போன்ற செதிள்கள் இல்லாத மீன் களாய் இருந்தால், அவற்றின் முட்கள் ஒன்றையொன்று துடித்து மோதுகையில் சிதறித் தெறிக்கும் சதைத் துகள்கள் ஒட்டியிருக்கும். இதை அவர்கள் கண்டுகொள்ளவே மாட்டார் கள். யுத்தக் களத்தில் காயம்பட்டவர்கள்போல் காட்சியளிப் பார்கள்.

இவ்வகைச் சிவப்புக்கட்டும் மீன்களைக் கரையில் நின்று வலைவளைத்துப் பிடிக்கையில், கடலின் ஆழம்கொண்ட அளவிற்கு மடி ஒடுங்கி வருகையில், மீன்களின் நெருக்கத்தால் மடி வெடிப்பதுபோன்று பிதுங்கிக் காணப்படும். அப்பொழுது இன்னொரு மடியைக் கொண்டுவந்து, அதன் பின்னால் பிடித்துக்கொண்டு, முதல்மடியின் 'அடித்தூரை' வெட்டி விடுவார்கள். வெட்டப்பட்ட பகுதியால் வெளியேறும் மீன்கள் அடுத்த மடிக்குச் சென்றுவிடும். இவ்வாறு மீன்கள் பகிர்ந்து இரு மடிகளிலும் விடப்பட்டபின்னர் முன்மடியின் வெட்டப் பட்ட பகுதியை ஒடுக்கிப்பிடித்து இறுக்கிக் கட்டிவிடுவார்கள். இதைப் 'புறமடி பிடித்தல்' என்பார்கள்.

இதுதவிரக் கல்லுக்குத்தி வளைத்தல் என்றொரு முறையும் உண்டு. இது பெரும்பாலும் கற்கள் படர்ந்திருக்கும் கல்முனைப் பகுதியிலேயே மேற்கொள்ளப்படுவதுண்டு. இக் கற்பார்களுக் குள் பதுங்கி இருக்கும் விளைமீன், வலியன்ஓரா, கலவாய் போன்ற மீன்வகைகளைப் பிடிக்க இம்முறை பயன்படுத்தப் படுகிறது. இவ்வகை வலைவளைப்பிற்கு அனேகச் சிறு வள்ளங் களும் அதைவிட அதிகமான மரக்கோல்களும் தேவைப்படும். இவ்வலை வளைப்பின்போது மோவலையுடன் சிறு சிறு இடைவெளிகளில், வள்ளங்களில் ஒருவரோ அல்லது இருவரோ மரக்கோலுடன் இருக்க விடப்படுவார்கள். மடவலை கடலின் அடிமணலுடன் அரைந்து வந்தால் கற்பாறையில் சிக்குப்பட்டு விடும். அதனால் மடவலையின் முழு அளிகளும் இறக்கிவிடப் படாமல் கற்பார்களுடன் மருவி வரக்கூடிய விதமாக அளி களைச் சேர்த்துக் கட்டிவிடுவார்கள். கற்பார்களுடன் கூடிய கடலின் ஆழம் மரக்கோலைக் கடலினுள் இறக்குவதன் மூலம் தீர்மானிக்கப்படும். வலைகள் கடலினுள் இறக்கப்பட்டபின் கரையில் வலை வளைப்பதற்குத் தோதான இடத்தில் நின்று வலை இழுப்பார்கள். அவ்வாறு இழுக்கும்பொழுது, வள்ளங் களில் நிற்பவர்கள் மரக்கோலினால் கற்பார்களை இடித்துக் கொள்வார்கள். இவ்விடித்தலின் அதிர்வில் மேற்குறிப்பிட்ட மீன்கள் திகில்கொண்டு கற்பார்களைவிட்டு வெளியே ஓடி விடும். இவ்வாறு வலைகள் ஒடுங்கி வரும்போது, வலையின் அளிகள் கற்பார்களில் கொழுவியிருந்தால் வள்ளத்தில் நிற்பவர்கள் சுழியோடி அவற்றை எடுத்து விடவேண்டும். வலைகள் குறுகியவுடன் வழமையான முறையில் மீன்பிடித்துக் கொள்வார்கள். இம்முறை அடிக்கடி மேற்கொள்ளப்படுவ தில்லை. அதற்குரிய கால இடைவெளி, பருவநிலை என்ப வற்றைப் பொறுத்து மேற்கொள்ளப்படுவதுண்டு. வானம் இருண்டு இடி மின்னலுடன்கூடிய மழை, அடைத்துத் தொடர்ந்து பெய்யும் ‘கூராப்புக்’ காலங்கள் இதற்கு வாய்ப் பானவை.

இவ்வாறு பிடித்த புதுமீன்களுடன் துறை திரும்புதலைத் தவிர அந்த மீனவர்களுக்கு வேறென்ன மகிழ்ச்சி இருக்கப் போகிறது?.

❖

தொழில்சார் மரபுகள்

குருநகர் மீனவர்கள் தம்மோடு ஒன்றித்துவிட்ட கடல்சார் வாழ்வில், தமக்கான சில தொழில்சார் மரபுகளையும் கொண்டிருக்கின்றனர். இம்மரபுகள், கடலில் எழும் பல்வேறு சிக்கல்களைத் தீர்த்துக்கொள் வதற்கும், தொழிலாளர் நலன்களைப் பாதுகாத்துக் கொள்வதற்குமாக அமைந்தவையாகும்.

வலை வளைக்கின்றபொழுது, குறிக்கப்பட்ட ஒரு பாட்டில் மீன்கள் அதிகமாகப் பிடிபட்டால், மறுநாளும் அப்பாட்டிலேயே வலைவளைக்க விரும்புவார்கள். இதனால் மீன் அதிகமாகப் பிடிபட்டது எப்பாட்டில் என்பதை இரகசியமாகவே வைத்துக்கொள்ள விரும்பு வார்கள். ஆனால் வாடியில் மீன்கள் விற்பனை செய்யும் பொழுது, இன்னார் படகிற்கு இன்ன பாட்டில் மீன்கள் அதிகமாகப் பிடிபட்டிருக்கிறது என அறிந்துகொள்ள லாம். இதனால் ஏனைய படகுகளும் இப்பாட்டில் வலைவளைக்க விரும்புவார்கள். இதன் மூலம் எழும் போட்டியையும், சச்சரவுகளையும் தவிர்ப்பதற்காக, முதல் அப்பாட்டில் மீன் பிடித்தவர்கள், மறுநாளும் அப்பாட் டில் மீன் பிடிக்கவேண்டுமாக இருந்தால், அப்பாட்டில் ஒரு கம்பை ஊன்றி, அதன்மேல் பழங்கயிற்றைக் கட்டி விடுவார்கள். இது அப்பாடு வளைப்பதற்காக உறுதிப் படுத்தப்பட்டிருக்கிறது என்ற அர்த்தமாகும். மறுநாள் அப்பாட்டில் அவர்கள் வலை வளைத்த பின்பு அப்பாடு அவர்களுக்குச் சொந்தமில்லை. மறுநாளும், அதாவது மூன்றாம் நாளும், அப்பாடு அவர்களுக்கு வேண்டியிருந் தால், இரண்டாம் நாள் பிடித்த மீன்களை, வாடிக்குக்

கொண்டுசென்று விற்றுவிட்டு, மீண்டும் படகில் திரும்பி வந்து, அப்பாட்டில் கம்பு ஊன்றிப் பழங்கயிற்றைக் கட்ட வேண்டும். போட்டியாக இரு படகுகாரர்கள் ஒரு பாட்டிற்கு முனைந்தால், யார் முதல் வந்து அப்பாட்டில் கம்பு ஊன்றிக் கொள்கிறார்களோ, அவர்களுக்குத்தான் அப்பாடு சொந்தமாகும்.

பாட்டில் கம்பு பாய்ந்திருந்தால், வேறு படகுகாரர் அங்கு வலை வளைக்க முடியாது. அப்படி உரிமையாளர்கள் வருமுன், வேறு படகுகாரர்கள் அத்துமீறி அதில் பாடு வளைத்தால், பாட்டிற்கு உரிமையாளர்கள் வந்து, வலை வளைத்துக் கொண்டிருப்பவர்களது மடியை உருவி, அவர்களது மீன் பிடித்தலை இல்லாமல் செய்யும் உரித்துடையவர்களாவர். அல்லது இரு படகின் தொழிலாளர்கள் பொதுவாக இரு படகின் மண்டாடிகள் பேச்சுவார்த்தை நடத்தி, சம்மதமாக இரு குழுக்களும் வலையிழுத்து, பிடிபடும் மீன்களின் விலையைச் சரிசமமாகப் பிரித்துக்கொள்ளலாம். ஆனால் பெரும்பாலும் இப்படி நடைபெறுவதில்லை. பிரச்சனை வலை உருவுவதில் தான் வந்து முடியும். இது தவிர, கடலில் எவ்வளவு கருத்து முரண்பாடுகள் இருந்தாலும் கைகலப்பு நிகழக்கூடாதென்பது பொது வழக்காகும். ஒருவரையொருவர் பேசிக்கொள்ளலாம் திட்டித் தீர்த்துக்கொள்ளலாம் கைகலப்பு நிகழவேண்டுமாயின், அவர்கள் ஊரின் துறைக்குச் சென்று, அங்குதான் தமது சண்டையை ஆரம்பிக்கவேண்டும். பொதுவாக இவ்வாறு நடைபெறுவதில்லை. சண்டைபிடிக்கும் நோக்கில் துறை நோக்கி வருவார்கள் படகுகள் துறையை அடையும் நேர இடைவெளியில், இவர்கள் கோபம் ஆறிவிடும். பிறகென்ன? துறை வந்ததும், தத்தமது வீடுகளிற்குச் செல்லவேண்டியதுதான்.

இதுதவிர இரு படகுகாரர்கள் அருகருகான பாட்டில் வலை வளைத்துக்கொண்டிருப்பார்கள். அப்போது ஒருவரது பாட்டில் மீன்கள் அதிகமாக அகப்பட்டிருக்கிறது என, அடுத்த படகுகாரர்கள் கண்டுகொண்டால், (இதை மிக இலகுவாகக் கண்டுகொள்ளலாம், மீன்கள் அதிகமாக உள்ள வலைக்குள் மீன்களின் நெருக்கத்தினால் கடலின் மேற்பரப்பில் வித்தியாச மான அலை அசைவுகளுடன் கூடிய தெறிப்புகள் ஏற்பட்டுக் கொண்டிருக்கும்.) அப்படகின் தொழிலாளர்கள் சிலர், மீன்கள் அதிகமாக உள்ள பாட்டிற்கு வந்து, அதன் வலையைப் பிடித்து இழுப்பார்கள். இவ்வாறு வரும் தொழிலாளர்களைக் கண்ட வுடன், இப்பக்கம் வரவேண்டாம் என இவர்கள் ஏசுவார்கள். ஆனால் அதை அவர்கள் பொருட்படுத்துவதேயில்லை. இவ்வாறு அடுத்த படகுகாரரும் சேர்ந்து இழுத்தால், பிடிபடும் மீன்கள் அடுத்த படகுகாரருக்கும் சொந்தம். மீன்களின் விற்பனையை

இரு படகுகாரரும் சமமாகப் பிரித்துக்கொள்ள வேண்டியது தான். இதேபோன்று, சில வலை வளைக்கும் கரைகளில், சில குடிமனைகள் இருப்பதுண்டு. அவர்களுக்கு வலை இழுக்கத் தெரியாவிட்டாலும் தமக்குத் தெரிந்த விதத்தில் வலைகளைப் பிடித்து இழுப்பார்கள் அல்லது இழுபட்ட வலைகளைப் படகில் ஏற்ற உதவி செய்வார்கள். இவ்வாறு உதவி செய்பவர் களுக்குச் சில மீன்களை இலவசமாகக் கொடுப்பார்கள். கொடுக்க வேண்டும்.

தொழிலாளர்களுள் நன்கு வளர்ந்தவர்கள் முழுப்பங்காளி யாகவும் சிறுவர்கள் அரைப்பங்காளியாகவும் கணிக்கப்படுவர். மீன்பிடித்து வீடு திரும்புகையில் கறிக்காகச் சில மீன்கள் தொழிலாளரிடையே பங்காகப் பிரிக்கப்படுவது வழக்கம். இப்பிரிப்பின்போது அரைப்பங்காளிகள் சேர்த்துக்கொள்ளப் படுவதில்லை. எப்பொழுதாவது மிகமிக அதிகமாக மீன் பிடிபட்டால் மாத்திரமே அரைப்பங்காளிகளும் சேர்த்துக் கொள்ளப்படுவார்கள், அதுவும் முழுப்பங்காளி பெறும் மீன் களின் அரைவாசிப் பகுதியே வழங்கப்படும். இவர்கள் நிரந்தரமாக அரைப்பங்காளிகளாக இருக்கமுடியாதுதானே? எனவே ஒருவரை முழுப்பங்காளியாக்கப் படகுகாரர் (அப்படகி லுள்ள மண்டாடி, தொழில் அனுபவமுள்ள முதியவர்கள்) தீர்மானித்தால், படகு தொழில் செய்து கரை வந்தவுடன் அம்முழுப்பங்காளியாக்கத் தீர்மானித்தவரை, படகின் பாய் மரத்தில் கட்டிவிடுவார்கள். இச்செய்தி அவரது வீட்டாருக்குத் தெரியப்படுத்தப்படும். அவரது பெற்றோர்கள் குறிப்பாகத் தகப்பன் அல்லது ஆண் உறவுக்காரர் கள்ளு, சாராயம் ஆகியவைகளைக் கொண்டுவந்து படகுகாரருக்குக் கொடுத்து விட்டு அவரைப் பாய்மரத்திலிருந்து அவிழ்த்துக்கொண்டு செல்வார்கள். மறுநாளிலிருந்து அவர் ஏனைய முழுப் பங்காளி களைப்போல் தொழில்சார்ந்த சகலதிற்கும் உருத்துடையவ ராவார்.

வாலிபர்களுக்குத் திருமணமானால், திருமணம் முடிந்த எட்டு நாட்களின் பின்னரே தொழிலுக்குப் போவார். அப்படி அவர் புதுமாப்பிளையாகக் கடலுக்குப் போகும்போது பலகாரங் கள், வாழைப்பழங்கள் என இரு பெரிய கடகப்பெட்டியில் எடுத்துச் செல்வார். அன்று தொழிலில் பிடிபடும் பெரிய மீன் அல்லது மீன்கள் அவருக்கு அன்பளிப்பாகக் கொடுக்கப் படும். இம்மீன் பெரும்பாலும் 'கருங்கண்ணி', 'கடல்விரால்' போன்ற பெறுமதிமிக்க மீன்களே அளிக்கப்படும். அன்று அவ்வகை மீன்கள் பிடிபடாவிட்டால் தொடந்துவரும் வாரத்தி னுள் அவை அளிக்கப்படும்.

ஒருகரை, பள்ளிக்குடா, நாச்சிக்குடா, மூனாம்பிட்டி, வலைப்பாடு ஆகிய சில பாடுகளில் வலையிழுக்கும்பொழுது, சிலசமயங்களில் மணலில் புதைந்திருக்கும் 'திருக்கை'யை மிதித்துவிடுவார்கள். அப்போது அத்திருக்கை தன் வாலைச் சுழற்றி வால் நுனியிலுள்ள முள்ளினால் இவர்களின் கால்களில் குத்திவிடும். இது மிகக் கடுமையான வலியை ஏற்படுத்தும். திருக்கை முள்ளின் இரு பக்கங்களிலும் அரம்போன்ற மிகச் சிறிய கருக்குகள் ஒட்டியிருக்கும். ஒருவரின் பாதத்தில் அல்லது கணுக்காலில், திருக்கை தன் முள்ளைச் செலுத்தும் பொழுது, இச்சிறிய கருக்குகள் மிக லேசாக, இயல்புவழியில் கால்களுள் செல்லும். முள்ளைத் திருக்கை வெளியில் எடுக்கும் பொழுது இம் மெல்லிய கருக்குகள் முள்ளுடன் எதிர்நிலையில் இழுக்கப்படுவதால் அவை முள்ளைவிட்டுக் கழன்று, காயம் பட்ட தசைக்குள்ளேயே தங்கிவிடும். இவைகள் கண் இமைக்கும் கணத்துள் நிகழ்ந்துவிடும். செழும்புடன்கூடிய முள்ளுக்கருக்குகள், காயத்தின் உள்ளிருக்கையில் வேதனை அதிகமாகிக் கொண்டே இருக்கும். திருக்கை முள் குத்தி முன் அனுபவம் இல்லாத ஒருவர் இதை முதலில் நண்டு கடித்து விட்டது என்றுதான் நினைத்துக்கொள்வார். பின்னர் கால் சுள்சுள்ளென்று வலியெடுக்கும்பொழுது, இவரால் தொடர்ந்து வலை இழுக்க முடியாமல் தரித்து நிற்கும் நிலை ஏற்படும். அனுபவம் வாய்ந்தவர்கள் இவர் காலைப் பார்த்தவுடனேயே 'தழும்பு பட்டிருக்கிறது' எனக் கூறிக் (திருக்கை முள் குத்தியிருக்கிறது எனக் கூறமாட்டார்கள்.) கரையில் இருக்கச் சொல்வார்கள். படகு வலை வளைத்து முடியும்வரை, இவர் கரையிலிருந்து வலியினால் அவஸ்தைப்பட்டுக்கொண்டு இருக்கவேண்டியது தான். அனுபவம் உள்ள பெரியவர்கள், கடற்கரையில் தான்தோன்றித்தனமாக வளர்ந்திருக்கும் 'முள்ளிச்' செடியைக் கணுக்கணுவாய்ப் பிடுங்கி, அதன் அடியிலுள்ள ஈரலிப்பைக் காயத்தின் வாயில் தடவுவார்கள். அல்லது வேப்பம் இலைக் காம்பை நுள்ளி அதன் நுனியைக் காயத்தின் வாயில் வைத்து மெல்லத் திருகித்திருகி உள்ளே செலுத்துவார்கள். அப்போது இரத்தம் கறள் கறளாக (கருநிறம் கலந்து) வெளிவரும். இவைகள் வலியைத் தணிக்க உதவும் முதலுதவிதான். முழுமையான வைத்தியத்திற்கு ஊரிலுள்ள நாட்டுவைத்தியரை நாட வேண்டும். அவர் காயத்தின் இரு கரைகளையும் சிறு கத்தியால் கீறி, காயத்தைச் சிறிது பெரிதாக்கிக்கொள்வார். காயத்தினுள் சிறு கம்பியை நுழைத்து, காயத்தின் ஆழத்தினைப் பார்த்துக்கொள்வார். பின்னர் காயத்தினை அழுத்தி, அதனுள் இருக்கும் இரத்தத்தினை வெளியேற்றுவார். இரத்தத்தின்

வெளியேற்றத்துடன், நுண்ணிய கருக்குகளும் வெளிவந்துவிடும். இதற்கெனத் தயாரிக்கப்பட்ட எண்ணெயைக் காயத்தின்மேல் பூசுவார். காயம் குணமாகும்வரை வைத்தியரிடம் செல்ல வேண்டும். காயம் குணமாகும்வரை இவர் தொழிலுக்குச் செல்லவேண்டியதில்லை. வீட்டிலே இருக்கலாம். தொழிலுக்குச் செல்லும் மற்றைய தொழிலாளர்களுக்குக் கிடைக்கும் நாளாந்த ஊதியம் இவருக்கும் வழங்கப்படும். இச்சலுகையைத் தப்பாகப் பயன்படுத்துவதாக அறிந்தால், அதாவது அவரது காயம் மாறியபின்பும் தொடர்ந்து தொழிலுக்குச் செல்லாமல் இருப்பதற்காகக் காயம் இன்னமும் மாறவில்லை எனப் பாவனை செய்தால், இவருக்கு வழங்கப்பட்ட ஊதியம் நிறுத்தப்பட்டுவிடும். பின்னர் இவர் தொழிலுக்குச் செல்ல வேண்டியதுதான்.

சில பாடுகளில் தொழில் செய்யும்பொழுது 'நச்சுநீர்' படுவதும் உண்டு. இன்றுவரை இந்த நச்சுநீர் என்பது எப்படியிருக்கும் என்று எவருக்குமே தெரியாதிருக்கிறது. அது கடலோடு கலந்து அடைந்துவரும் கண்ணிற்குப் புலப்படாத ஒரு நீர் என்றே சொல்லப்படுகிறது. இந்த நச்சுநீர் பட்டவுடன், பட்ட இடத்தில் நெருப்பால் சுட்டதுபோல் இருக்கும்.

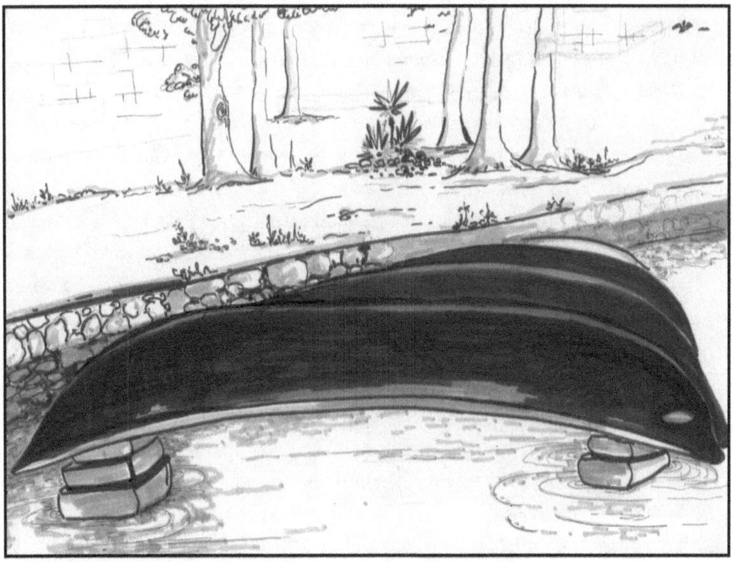

மாடி பிடிப்பதற்காக கவிழ்த்து வைக்கப்பட்டிருக்கும் வள்ளங்கள்

அவ்வளவுதான் சிறிது நேரத்தின்பின் தும்மல் ஆரம்பிக்கும். கண்கள் சிவந்து, கண்களிலிருந்து நீர் சுரந்துகொண்டிருக்கும். தொடர்ந்து இருமலும் தொடங்கிவிடும். உடலெல்லாம் வறண்டு, வெக்கையாகிவிடும். வலியினால் துடித்துக்கொண்டு, அங்கும் இங்குமாய்ப் புரண்டுகொண்டிருப்பார். இவர் படும் அவஸ்தையைப் பார்க்கவே முடியாது. கொடூரமாக இருக்கும். அவருக்குப் பேதிக்குப் போதலுக்காக எதையாவது குடிக்கக் கொடுப்பதே முதலுதவியாகக் கொள்ளப்படுகிறது. இதற்கும் நாட்டு வைத்தியத்தையேதான் நாட வேண்டும். சிலருக்கு இவ்வைத்தியமும் கைகூடாமல் ஆங்கில வைத்தியத்தை நாடிச் சென்றதும் உண்டு. இந்நச்சுநீர் பட்டவரும் நன்றாகக் குணமடையும்வரை கடற்றொழிலுக்குச் செல்ல வேண்டிய தில்லை. அவருக்குரிய பங்கு அவருக்குக் கொடுக்கப்படும்.

இதுதவிர, இவர்கள் தொழில் செய்யும் காலத்தில் மீன்கள் அதிகம் தொடர்ந்து பிடிபடாமல் இருந்தால், படகில் ஏதோ பிழை இருப்பதாகக் கருதி, படகினைக் கரையேற்றி 'மாடி பிடித்துக்' கொள்வார்கள். இது எவ்வாறெனில், குறிப்பிட்ட படகினைப் பௌர்ணமி அல்லது அமாவாசை நீருக்கு (இங்கு குறித்த இச் செயலில் நீர் என்பது வெள்ளத்தினையே குறிக்கும் பொதுவாக வெள்ளம், வடு ஆகியவற்றை நீர் என்ற பொதுப் பெயராலேயே அழைப்பார்கள். சூழ்நிலைக்கு ஏற்றவாறு இதனைத் தொழிலாளர்கள் புரிந்துகொள்வார்கள்.) கரை யேற்றி, ஒருபுறமாகக் கவிழ்த்து வைப்பார்கள். இப்போது படகின் அடிப்புறத்தின் வெளிப் பக்கத்தில் 'அலசு' (சிறுசிறு வட்டவடிவமான சிப்பிகள்) பிடித்திருப்பதைக் காணலாம். அவற்றை அலசுளியால் வழித்துத் துப்பரவு செய்வார்கள். அத்துடன் படகின் பலகைகளின் நீக்கல்களுக்கு இடையில் இறுக்கமாக இருக்கும் 'புரி' (தென்னந் தும்பினால் திரிக்கப் பட்டிருப்பது) நீரில் சிதைந்து அழுகியிருந்தால், அவை நீக்கப் பட்டுப் புதிய புரிகள் அடித்து இறுக்கப்படும். பின் இதனை மூடிக் குங்குலியம் காய்ச்சிப் பூசுவார்கள். இவையெல்லாம் முடிந்தபின், இன்னொரு 'வெள்ளங் கிலாவும்' பொழுது (இது ஒரு நாளாகவும் இருக்கலாம் அல்லது மறுநாளாகவும் இருக்கலாம் அல்லது படகுக்குரிய வேலைகள் முடிந்தபின் வரும் வெள்ளமாகவும் இருக்கலாம்.) படகினைக் கடலினுள் மீண்டும் இறக்குவார்கள். இவ்வாறு இறக்குவதற்கு முன்னர், படகினை நிமிர்த்திக் கடல் தண்ணியால் அணியத்துக் கொம்பினைக் கழுவுவார்கள். பின் 'பாதங்கழுவின தண்ணி' யால் (இது தமக்கு விரும்பிய புனித சொரூபங்களின கால் களைக் கழுவிய தண்ணீர்) அல்லது பச்சைமஞ்சள் அரைத்த

தண்ணீரால் அல்லது இப் பச்சைமஞ்சளை அரைத்துப் பாதங் கழுவிய தண்ணீருடனும் கரைத்து வைத்து, அணியத்துக் கொம்பினை மீண்டும் கழுவுவார்கள். இதன்பின், படகின் உட்பக்கம் வெளிப்பக்கம் சாம்பிராணிப் புகைகாட்டிய பின்னரே இறக்குவார்கள். பொதுவாகச் சனிக்கிழமை மாலை யில் அதாவது தொழில் முடிந்தபின்னரே படகினைக் கரை யேற்றி வைப்பார்கள். மறுநாள் ஞாயிற்றுக்கிழமை ஓய்வு நாள் ஆதலால் அன்று படகிற்குச் செய்ய வேண்டிய எல்லா வகை வேலைகளையும் செய்து முடித்துவிடுவார்கள். படகை ஏற்றுவதும், இறக்குவதும் வெள்ளம் கிலாவும் போது என்பதை முக்கியமாகக் கவனத்தில் கொள்வார்கள்.

குறிப்பு: வேறுசில சம்பிரதாயங்கள் சில அம்பாப் பாடல்களில் விளக்கங்களின்போது குறிப்பிடப்பட்டிருக்கின்றது.

❖

கலாசார மரபுகள்

குருநகரின் தொழில்சார்ந்த சம்பிரதாயங்களைப் போலவே சமூக, கலாசாரவாழ்வு சார்ந்து பெண் பூப்படைதல், திருமணம், மரணம் சம்பந்தமான சம்பிரதாயங்களும் மிகவும் முக்கியமானதே.

பெண்பிள்ளை பூப்படைந்துவிட்டால், அயலிலுள்ள, வயதான பெண்மணியை அழைத்து, அவர் கட்டாயம் பிள்ளைகள் பெற்றவராய் இருக்கவேண்டும். அவர்மூலம் பூப்படைந்த பெண்ணை வீட்டினுள் உட்கார வைப்பார்கள். இந்நாட்களில் இப்பெண்ணிற்கு நல்லெண்ணெயும் முட்டையும், நல்ல போசாக்கான உணவுகளும் கொடுக்கப்படும். இதன் பின்னர் ஏழு நாட்களின்பின் 'குப்பைத்தண்ணீர்' ஊற்றுவார்கள். சிலர் இதை ஐந்து நாட்களாக, அல்லது பன்னிரண்டு நாட்களாகவும் வசதிப்படி ஆக்கிக்கொள்வார்கள். இதுவொரு ஆரம்ப முழுக்கேயாகும். இந்நாளில் 'அரிசிபொரித்து' அயலிற்குக் கொடுப்பதன்மூலம் தமது பெண் பூப்படைந்த செய்தியினைச் சூசகமாகச் சொல்லிக்கொள்கிறார்கள். பின்னர் முப்பத்தோராம் நாளில், முறைப்படி தலைக்குத் தண்ணீர் வார்த்துக்கொள்வார். சிலர் இதை ஒரு கொண்டாட்டமாகவும் கொண்டாடுகிறார்கள். கொண்டாட்டத்திற்கான பந்தல் அமைப்புக் கீழ்க் குறிப்பிடப்படவிருக்கும் திருமணப் பந்தல் அமைப்பிலேயே எல்லாம் அமைக்கப்பட்டிருக்கும். நண்பகல் வேளை, அடுத்த தெருவில் வசிக்குமொரு உறவுக்காரர், நண்பர் வீட்டிலிருக்கும் கிணற்றிற்குப் பூப்படைந்த பெண்ணை, பெண்கள்

கூட்டம் அழைத்துச் செல்லும். இங்கு இப்பெண்ணிற்குப் தலைக்குத் தண்ணீர் ஊற்றுவார்கள். முதல் மூன்று வாளித் தண்ணீரை மூத்த தாய்மாமனே ஊற்றுவார். அதன்பின் அவரது மனைவியும் பின் ஏனைய மாமன்மாரும் மனைவியரும் அதைத் தொடர்ந்து ஏனைய உறவினர்களும் ஊற்றுவார்கள். இவ்வாறு முழுக வார்த்தபின் பெண்ணை அலங்கரித்துத் தாய் வீட்டிற்கு அழைத்து வருவார்கள். இவ்வாறு அழைத்து வருகையில், ஏழு அல்லது ஒன்பது தோழியர்கள் குத்துவிளக்கு ஏந்தியபடி கூடவருவார்கள். வீட்டை அடைந்ததும், இங்கு ஆரத்தி எடுக்கப் பட்டு, தோழிகள் ஏந்திவந்த குத்துவிளக்குள் பெண்ணைச் சுற்றி வைக்கப்பட்டு தாய்மாமனால் நிறைகுடம் கொடுக்கப் படும். நிறைகுடம் ஏந்திநிற்கும் பெண்ணிற்கு, உறவினர்கள் பணம் அளிப்பார்கள் அத்துடன் திருமணத்தினைப் போன்ற விருந்தும் உண்டு. அதில் அரிசிமாவில் செய்யப்பட்ட களி கண்டிப்பாக இருக்கும்.

திருமணத்தைப் பொறுத்தவரை, இங்குப் பொதுவாகத் தாய்வழி, தந்தைவழி மாமன், மாமி உறவுகளின் பிள்ளைகளுக் கிடையிலேயே திருமணங்கள் நிச்சயிக்கப்படுகின்றன. அதாவது மச்சான், மச்சாள் உறவுகளிற்குள்ளேயே. இந்த உறவுகளைத் தாண்டித் தமது மகளுக்கு அல்லது மகனுக்குத் திருமணம் செய்யப் பெற்றோர்கள் தீர்மானித்தால், தமக்குப்பிடித்த வாலிபன், பெண்ணை மனத்தில் தேர்வுசெய்த பின்னர், அவர்கள்பற்றி அயலிலுள்ளவர்களிடம் முதலில் விசாரித்துக்கொள்வார்கள். இந்த விசாரிப்பென்பது குருநகரைப் பொறுத்தவரை ஒரு சம்பிரதாயம் மட்டுமே. ஏனெனில் இங்கு எல்லோரும் எல்லோரைப்பற்றியும் அறிந்தே இருப்பார்கள். பின்னர், குறிப்பிட்ட ஆண், பெண் ஆகியோரின் பெற்றோர்களுக்கு மிகவும் இணக்கமாக, நட்பாக இருக்கும் குடும்பத்தினரை அணுகி, அவர்கள்மூலம் ஆரம்பப் பேச்சு வார்த்தை இரகசிய மான முறையில் பரிமாறிக்கொள்ளப்படும். இந்த இரகசியப் பேச்சுவார்த்தையின்போது, சீதனமாகப் பரிமாறிக்கொள்ளப் படவிருக்கும் பணம், காணி அல்லது வீடு முன்மொழியப்படும். பெரும்பாலும் பெண்களின் பெற்றோரே இவற்றைக் கொடுக்க வேண்டும். விதிவிலக்காக, அதுவும் மிகமிக அதிசயமாக மிக வசதிபடைத்த பெற்றோர்கள் ஆணுக்கும் வீடு, காணி ஆகியன கொடுப்பதுண்டு. இந்த ஆரம்பப் பேச்சுவார்த்தை மச்சான், மச்சாள் உறவுகளுள்ளும் பேசிக்கொள்ளப்படும். இந்த இரகசியப் பேச்சுவார்த்தையில் இருசார் பெற்றோருக்கும் திருப்தி ஏற்பட்டால், பெண்ணின் பெற்றோரே சம்பிரதாயமாக ஆணின் வீட்டிற்குத் திருமணம் பேசுவதற்காகச் செல்வார்கள்.

இங்கு இருசார் பெற்றோரும் அவரவர் உறவினர்களும் வெளிப்படையாகப்பேசித் திருமணத்தை முடிவுசெய்வார்கள். பின்னர் இரு பகுதியினரும் குறிப்பிட்ட நாளில் கோவிலுக்குச் சென்று திருமணப் பதிவு செய்துகொள்வார்கள்.

இத்திருமணப் பதிவினைத் தொடர்ந்து வரும் முதல் ஞாயிற்றுக்கிழமை காலை இரண்டாம் பூசையின்போது குருவானவர் 'வார்த்தைப்பாடு' கூறுவார். குறிப்பிட்ட பெயர் களுடைய பெற்றோரின் மகனுக்கும், இன்னொரு குறிப்பிட்ட பெயர்களுடைய பெற்றோரின் மகளுக்கும் திருமணம் செய்ய நிச்சயித்திருப்பதால், இத்திருமணத்திற்குத் தடையாகவுள்ள ஏதுக்களைத் தெரிவிப்பவர்கள் தெரிவிக்கலாம் என அறிவிப் பார். தடையாக உள்ள காரணங்களில் முக்கியமாக, விலக்கப் பட்ட உறவுகள் முதன்மைப்படுத்தப்படும். 'விக்கினமுள்ள உறவின் முறையாரோடு திருமணம் செய்யாதிருப்பாயாக' என்ற போதனையை இங்கு நினைவுபடுத்திக்கொள்ளலாம். இன்னும் திருமணம் புரியாமல் 'கூடிவாழ்பவர்கள்' பற்றியும் கவனம் கொள்ளப்படும். பெரும்பாலும் எந்தத் தடுப்புக் காரணங்களும் கூறப்படுவதில்லை. இவ்வாறு மூன்று ஞயிற்றுக்கிழமைகள் கூறிய பின்னர்தான், கோயில் நிர்வாகம் திருமணத்திற்கான அனுமதியை வழங்கும்.

திருமணப்பதிவின் பின்னர், பெண் வீட்டிலிருந்து மாப்பிள்ளை வீட்டிற்குச் சாப்பாடுகள் அனுப்பி வைக்கப் படும். இது சிலவேளைகளில் வாரத்தில் ஒருமுறையென, திருமணம் நடைபெறும் நாள்வரை தொடரும். இதற்கிடையில் சில விசேட நாட்களின்போது, குறிப்பாகக் கோயில் திரு நாளின்போது அல்லது ஞாயிற்றுக்கிழமையின்போது பெண் வீட்டார், மாப்பிள்ளையாக வரவிருப்பவரைச் சாப்பாட்டிற் கும் அழைத்துக்கொள்வர். பெரும்பாலும் மணப்பெண்ணாக வரவிருப்பவரே உணவு பரிமாறுவார். வெட்கத்துடன் பரிமாறும் பெண்ணிற்குத் தாயார் உதவியாக இருப்பார். இந்தச் சந்தோசக் கிறக்கத்தில் இருவரும் மெல்லக் கதைத்தும் கொள்வார்கள். இன்றைய காலங்களில் பதிவுத் திருமணம் முடிந்த பின்னர், பையன் பெண்ணை சைக்கிளில் ஏற்றி உல்லாசப் பவனி வருவதுமுண்டு.

திருமணத்திற்குப் பெண்ணின் வீட்டாருக்கே அதிக வேலைகள் இருப்பதனால் (கேக் அடித்தல், பலகாரங்கள் சுடுதல், திருமணத்திற்கான முதல்நாள் இரவில் நடைபெறும் விருந்துச் சமையலுக்கான ஆயத்தங்கள்) அயலில் உள்ள பெண்கள் அவ்வேலைகளில் பங்குகொள்வார்கள். இருசாரா

ரும் தத்தமது வீடுகளிற்கு வெள்ளையடித்துக்கொள்வார்கள். வெள்ளையடிக்கப்பட்ட பின்னர் எழும் புதிய வர்ணங்களின் வாசனையும், பலகாரங்கள் சுடும் வாசனையும் சேர்ந்து திருமணத்திற்கான உணர்வை இயல்பாகவே காற்றில் படரவிடும்.

திருமணத் தினத்தன்று இருசாராரும் தனித்தனியாகக் கோவிலுக்குச் செல்வார்கள். திருமணப்பெண்ணை அதிகாலையிலிருந்தே அலங்கரிக்கத் தெடங்கிவிடுவர். இவர் வெள்ளை உடையே அணிந்திருப்பார். தலைக்குப்பின்னால் நீளமான வெள்ளை வேலும் (Veil) முன்முகத்தை மூடியபடி வெள்ளைத் துப்பட்டியும் அணிந்து தேவதைபோல் காட்சியளிப்பார். அவருக்கான தோழிகள் பூச்செண்டுகள் சகிதம், குட்டிச் சம்மனசுகள் போல் காணப்படுவார்கள். மாப்பிள்ளை வெள்ளை சேட்டு, வேட்டி, சால்வையுடன் காணப்படுவார். படித்து உத்தியோகத்தில் இருப்பவர்கள் கோட்டும் லோங்ஸ்சும் அணிந்துகொள்வார்கள். இக்காலங்களில் பெரும்பாலார் இதையே அணிந்துகொள்கின்றனர். விதிவிலக்காகத்தான் வேட்டி, சால்வைத் திருமணங்கள் நடைபெறுகின்றன.

கோவிலின் நடுவில் பூசைப்பலி நடைபெறும் பீடத்தின் முன்னால், திருமணத்திற்காகப் போடப்பட்டிருக்கும் மேசை, கதிரையில் மணமக்கள் அமர்ந்துகொள்வார்கள். திருமணத்தின் முன்னர் ஆணும் பெண்ணும் கூடிவாழ்ந்தபின், திருமணத்தைக் கோவிலில் நடத்த வருபவர்கள் இவ்வாறு நடுக்கோவிலில் வைத்துக் கைப்பிடிக்க அனுமதிக்கப்படுவதில்லை. கோவில் பீடத்தின் வலது பக்கமுள்ள சிறு வெளியிலே போடப்பட்டிருக்கும் மேசை, கதிரையில் இருக்க வைக்கப்படுவார்கள். இதைப் 'புறக்கோவிலில் கைப்பிடித்தல்' என்பார்கள். மிக முற்காலத்தில் இவ்வகை முறைகேடுகளிற்கு உள்ளானவர்கள், புறக்கோவிலில் வைத்து முள்முடி சூட்டி, சவுக்கால் அடிக்கப்பட்டதாகவும் சொல்லப்படுவதுண்டு. அதிலும் குறிப்பாக விபச்சாரம் செய்தவர்கள் அதைவிடக் குறிப்பாகப் பெண்கள் இவ்வாறான தண்டனைக்கு உள்ளாக்கப்பட்டதாகச் செய்திகள் பல இங்கு உண்டு.

திருமணப் பூசையில் தாலி கட்டும்பொழுது; பூசை மணியும், கோவில் மணியும் ஒலிக்கப்படும். அத்துடன் பட்டாசுகள் கொளுத்தப்படும். தாலியை, மாப்பிள்ளை பெண்ணின் கழுத்திற்கு நேரே வளைத்துப் பிடித்துக்கொள்ள, மாப்பிள்ளையின் சகோதரி முறையானவரே தாலியைப் பூட்ட அனுமதிக்கப்படுவார். அப்படி சகோதரி முறையிலுள்ளவர்கள் இல்லாவிடின், ஏனைய பெண்கள் அனுமதிக்கப்படுவார்கள்.

இதன்பின்னர் பெண்ணின் முகத்தை மூடியிருந்த துப்பட்டி அகற்றப்படும். பூசை முடிந்தபின்னர் கோவிலுள் திருமணப் பதிவு நடைபெறும். திருமணத் தினத்திற்கு, கிட்டத்தட்ட ஒரு வாரத்தின் முன், மாப்பிள்ளை பெற்றோரின் சார்பாகவும் பெண் பெற்றோர் சார்பாகவும் இருபெண்கள் அதுவும் நெருங்கிய உறவுக்காரப் பெண்கள், ஊருக்குள் சென்று திருமணத்திற்கு வரும்படி அழைப்பார்கள் இவ்வாறு நேரில் சென்று அழைக்காது விட்டால், அவர்கள் திருமணத்திற்கு வரமாட்டார்கள்.

இவையாவும் முடிவுற்ற பின்னர், சூரியனின் புதிய, வெளிறிய மஞ்சள் ஒளி பரவியுள்ள அந்தக் காலை வேளையில், மாப்பிள்ளையும் பெண்ணும் ஊர்வலமாக அழைத்துச் செல்லப்படுவார்கள். ஊர்வலத்தின் ஆரம்பத்தில் பட்டாசுகளை வெடிக்கவைத்தபடி சிலர் செல்வார்கள். அவர்களின் பின்னே ஆண்கள் செல்வார்கள். அவர்களுக்கும், கழுத்து நிறைந்த நகைகளுடனும் கூறைச் சேலைகள் சரசரக்க நடந்து வரும் பெண்கள் குழுவினருக்கும் இடையில் மாப்பிள்ளையும் பெண்ணும் நடந்துவருவார்கள். “காதல் மடப்பிடியோடு களிறு வருதல் கண்டேன்” என்ற வரியை நீங்கள் நினைவு கொள்ளலாம். முதலில் அருகிலிருக்கும் புதுமைமாதா கோவிலிற்குச் சென்று, மாப்பிள்ளையும் பெண்ணும் ஒன்றாகச் சேர்ந்து மெழுகுவர்த்திகள் கொளுத்திக்கொள்வார்கள். இதன் பின்னர் திருமண ஊர்வலம் மணப்பெண் வீடு நோக்கி நகரும். ஒவ்வொரு பிரதான தெருச் சந்திகளிலும் பட்டாசு கொளுத்தப்படும். இவ்வூர்வலம் நட்டுவ நாகசனத்துடன் நடைபெறுவதாக இருந்தால், பிரதானத் தெருச் சந்திகளில் ஊர்வலம் நிறுத்தப்பட்டு, நாகசனம் வாசிக்க வைக்கப்பட்டே முன்செல்ல அனுமதிக்கப்படும். சில திருமண ஊர்வலங்களின் போது, மாப்பிள்ளை பெண் நடந்துவருவதற்காக வெள்ளை விரிப்பதும் உண்டு. இக்காலங்களில் இவையாவும் அருகி மாப்பிள்ளையும் பெண்ணும் அலங்கரிக்கப்பட்ட காரில், கார்களின் ஊர்வலத்துடன் அழைத்துச் செல்லப்படுவார்கள். திருமண ஊர்வலம் செல்லும்போது வீதிஓரங்களில் நின்று வேடிக்கை பார்ப்பவர்களும், வேலிகள் மதில்கள் மேலால் தெரியும் சந்திர உதயங்களின் ஆவல் பூத்த கண்களும் அன்றும் இன்றும் மாறாமல் தொடர்கின்றது.

பெண் வீட்டின் முன், முகடுவைத்து அமைக்கப்பட்டு அலங்கரிக்கப்பட்ட பந்தலின் முன் முகப்பில்; குலைவாழை இரண்டு இருபக்கமும் கட்டப்பட்டு நடுவில் செவ்விளநீர்க் குலையும் கட்டப்படும். சிறு மேசையில் வெள்ளைத் துணி

விரித்து, அதன்மேல் தலைவாழை இலையில் சிறுநெல்லுப் பரப்பி, மூன்று வெற்றிலைகள், மூன்று பாக்குக் கொட்டைகள், மூன்று எலுமிச்சம் பழங்கள், மூன்று வாழைப்பழங்கள் நடுவே பூரணக்கும்பமும் பன்னீர்ச் சிமிழும் அவற்றின் இருபுறம் குத்துவிளக்கு ஏற்றப்பட்டு, அதனருகில் சந்தனச் சிமிழும் வைக்கப்பட்டிருக்கும். வாழைப்பழத்தில் குத்தப்பட்ட மூன்று சந்தனக் குச்சிகள் எரிந்துகொண்டிருக்கும். திருமண ஊர்வலம் பெண் வீட்டை நெருங்கியதும், மணமக்கள் பந்தலின் முன் நிறுத்தப்பட்டு ஆரத்தி எடுக்கப்பட்ட பின்னரே உள்ளே செல்வார்கள். இதன் பின்னர் மணமகளின் தம்பி அல்லது தம்பி முறையானவர், மணமகனின் பாதத்திற்கு பால் ஊற்று வார். இதற்கு பிரதியுபகாரமாக மாப்பிள்ளை பால் ஊற்றிய வரின் விரலிற்கு மோதிரம் அணிவிப்பார். வந்தவர்கள் யாவருக் கும் சந்தனப் பொட்டு இடப்பட்டு, மணவறை அமைக்கப்பட்ட அப்பந்தலின்கீழ் அமர்த்தப்படுவார்கள். சிறிது நேரத்தின்பின், பெண்ணை அங்கு விட்டுவிட்டு, மாப்பிள்ளையுடன் திருமணத் திற்கு வந்திருந்த உற்றார் உறவினர்களும் வேறு சிலருமாக மாப்பிள்ளை வீட்டிற்கு, பெண்ணுக்குரிய கூறைச்சேலை எடுக்கச் செல்வார்கள். அங்கு வந்தவர்களுக்கு மாப்பிள்ளை வீட்டின் முன் போடப்பட்டிருக்கும் பந்தலின் கீழ் வைத்து, சிற்றுண்டி வழங்கப்படும். இவை பெரும்பாலும் கேக், பிஸ்கற், வாழைப் பழம், சோடா என்பனவாகும். பின்னர் கூறைச்சேலையுடன் பெண் வீட்டிற்குத் திரும்புவார்கள். கூறைச்சேலையைப் பெண் அணிவதற்கு முன்னால், கூறை ஒரு வெள்ளித் தாம்பாளத்தில் வைத்து, அதன்மேல் மூன்று எலுமிச்சம் பழங்களை வைத்து சபையோர்முன் எடுத்துச் செல்லப்படும். இவ்வாறு ஆண்கள் இருக்கும் பகுதிக்கு எடுத்துச்செல்பவர் மணமகளின் தாய்மாம னாகவே இருப்பார். பந்தலினுள்ள அனைவரும் மணமக்கள் நன்றாக வாழவேண்டும் என்று பிரார்த்திப்பதன் குறியீடாக, தமது இரு கைகளையும் நீட்டியபடி அக் கூறைச் சேலையைத் தொடுவார்கள். இதன்பின்னர், மாப்பிள்ளைக்கு மணமகளின் பெற்றோரால் சேட்டு, வேட்டி, சால்வை வழங்கப்படும். இக் காலங்களில் கோட்டு, லோங்ஸ் ஆகியவை வழங்கப்படு கின்றன. இவை முடிந்தபின்னர், பந்தலின் கீழுள்ள மணவறை யில், பெண் மாப்பிள்ளை முன்னால் முழந்தாளில் இருக்க, மாப்பிள்ளை கூறைச்சேலையை விரித்து, பெண்ணின் தலையை மூடி, மொட்டாக்குப்போல் போர்த்தி விடுவார். இதன்பின்னர் மணப்பெண் கூறைச்சேலை அணிவதற்காக வீட்டினுள்ளே அழைத்துச் செல்லப்படுவார்.

மணப்பெண் கூறைச்சேலையை அணிந்து வருவதற்குள், திருமணப்பந்தலினுள் ஊர்ப் புதினங்கள், நாட்டு நிலைமைகள்

எல்லாம் வந்து போய்க்கொண்டிருக்கும். இதை விட்டால் இப்படி எல்லோரும் கூடியிருக்கச் சந்தர்ப்பம் வாய்க்காதல்லவா? வாய்த்த சந்தர்ப்பத்தை அவர்களும் விட்டுவிட முடியாதல்லவா? மணமகள் கூறைச்சேலை அணிந்து வந்த பின்னர், மணமக்களின் பெற்றோர்கள் அவர்களை முத்தமிட்டு, நெற்றியில் சிலுவை அடையாளம் இட்டபின்னர், அன்பளிப்பாகப் பணம் கொடுக்க, தொடர்ந்து உறவினர்களும் பணம் கொடுப்பார்கள். இதன்பின்னர், எல்லோருக்கும் உணவு பரிமாறப்படும். இவ்வேளை சபையோர் முன்பாக மணமக்கள் ஒருவருக்கொருவர் உணவை ஆரம்பமாகப் பரிமாறிக்கொள்வார்கள். நாணத்துடன் ஒரு வாய்ச் சோற்றை அவன் வாய்க்கருகில் கொண்டு செல்வதையும், பெருமையுடன் அதை வாய்திறந்து வாங்கிக்கொள்வதையும், பந்தலில் இருப்பவர்கள் ஆர்வத்துடனும் கேலியுடனும் உற்சாகப்படுத்திக்கொண்டிருப்பார்கள். இதேவேளை மணமக்களின் பெற்றோர்கள் நால்வரும் தனியாக அமர்ந்து ‘சம்மந்தச் சோறு’ பரிமாறிக்கொள்வார்கள். இந்நால்வருக்கும் பொதுவாக ஒரு பாத்திரத்தில் உணவு வைக்கப்பட்டிருக்கும். அவற்றை ஒன்றாகக் குழைத்து மாப்பிள்ளையின் தந்தை மணமகளின் தந்தைக்கும், மாப்பிள்ளையின் தாயார் மணமகளின் தாயாருக்கும் பின்னர் பெண்ணின் பெற்றோர்களும் அதேவிதமாக மாறி மாறி உணவூட்டிக்கொள்வார்கள்.

மாலையில் தம்பதிகளைச் சந்திக்க அவர்களின் தோழர், தோழியர்கள் வருவார்கள். இவர்களுக்குச் சம்பிரதாயமாக கேக், பிஸ்கற், வாழைப்பழம் வழங்கப்படும். ஆண் தோழர்களிற்கு இவற்றுடன் மதுவகைகள் தண்ணீர்போல் வழங்கப்படும். வந்தவர்கள் அன்பளிப்பாகப் பணம் கொடுத்துச் சென்றுவிடுவார்கள். போதை ஏறியவர்களின் உல்லாச அட்டகாசங்கள் அடங்க நள்ளிரவு தாண்டிவிடும். பாவம் தம்பதிகள். அவர்களின் மனநிலையை உணராவண்ணம், வந்த நண்பர்களில் போதை தன் ஆட்சியை அரசோச்சிக்கொண்டிருக்கும்.

மறுநாள் அதிகாலை, பொழுது பொலபொலவென விடிவதற்கு முன்னால், மாப்பிள்ளையின் தந்தையார் வந்து, மகனைத் தம் வீட்டிற்கு அழைத்துச் சென்று விடுவார். பொழுது விடிந்தபின்னர், மணமகளின் சகோதரன் மாப்பிள்ளையைத் திரும்ப அழைத்துவர மாப்பிள்ளை வீட்டிற்குச் சென்று, அவருக்கு சிகரெட் ஒன்றை அளித்து (முன்னர் சுருட்டுக் கொடுக்கப்பட்டது) அவர் பெற்றோரின் அனுமதியுடன் திரும்புவார்கள். இம்முறைக்கு இரு காரணங்கள் சொல்லப்படுகின்றன. மாப்பிள்ளையை அழைத்துச் செல்ல

வருபவர், முதலிரவு அறையை நோட்டமிட்ட பின்னரே அழைத்துச் செல்வாராம். பெண்ணின் தூய்மை பரிசீலிக்கப் படவே படுக்கையறை நோட்டமிடப்படுகிறதாம். பெண் தூய்மை உறுதிப்படுத்தப்பட்டால்தான் அழைத்துச் செல்ல வரும் சகோதரனுடன் மாப்பிள்ளை மீண்டும் செல்ல அனுமதிக்கப்படுவாராம். இவ்வாறு எவராவது தடுத்து வைக்கப்பட்டதான தகவல்கள் எதுவும் இல்லை. இரண்டாவது: இருவர்களிற்கு இடையில் ஏற்படும் சச்சரவுகளின்போது, ஆண் கோபித்துக்கொண்டு வீட்டைவிட்டு வெளியேறினாலும், பெண் தரப்பினரே பணிந்துவந்து, அவனைச் சமாதானப் படுத்தி, அழைத்துச் செல்லவேண்டும் என்பதன் குறியீடாகவும் குறிப்பிடப்படுகிறதாம். சச்சரவுகளின்போது பிரிந்து சென்ற கணவனை, தவறு அவன் பக்கமிருந்தாலும் வலியச்சென்று காவலிருந்து, தம் கணவன்மாரை அழைத்துச் செல்லும் மனைவியரை இன்றும் காணக்கூடியதாகவே இருக்கிறது. இதற்கு ஆணின் பொருளாதாரப் பலத்தில் பெண் தங்கி வாழ்வதே காரணமாகும். கணவனைப் பிரிந்த பின்னர், பெற்றோர் தயவில் வாழப் பல பெண்கள் விரும்பாமையும், ஊர் வசைச் சொல்லிலிருந்து தப்பித்தலும் இதற்கான காரணங் களாகும்.

நாலாஞ்சடங்கு எனப்படும் திருமணம் முடிந்த நான்காம் நாள் மாலை, தம்பதிகள் ஊர்வலமாக மாப்பிள்ளை வீட்டிற்கு அழைத்து வரப்படுவார்கள். இச்சடங்கு பெண்வீட்டில் நடைபெறுவதுபோன்று அவ்வளவு விசேடமாக, சிறப்பாக நடைபெறுவதில்லை. சில வேளைகளில் இந்நாலாஞ்சடங்கிற்கு உறவினர்கள் மட்டும் அழைக்கப்படுவதுண்டு. வசதி படைத் தவர்கள், பெண் வீட்டார்போல் ஊரை அழைத்துக் கொண்டாடுவதுமுண்டு. இங்கு மாப்பிள்ளை வீட்டில் நடை பெறும் விருந்தின் பின்னர் உறவினர்கள் அல்லது பெண் வீட்டில் பணம் கொடுக்காதவர்கள், குறிப்பாக மாப்பிள்ளை உறவினர்கள் தம்பதிகளிற்குப் பணம் அன்பளிப்பாகக் கொடுப் பர். இவைகள் அன்பளிப்பு என்ற பெயரில் கொடுக்கப்பட் டாலும் பின்னர் இப்பணம் அளித்தவர்களின் கொண்டாட்டத் தின்போது திருப்பிக் கொடுக்கப்பட வேண்டும். இங்கு தங்கி யிருக்கும் மணமக்கள் எட்டு நாட்களின் பின் பெண்ணின் வீட்டிற்குச் சென்று அங்கு தம் புதிய வாழ்க்கையைத் தொடங்கு வார்கள்.

மரணம் சம்பந்தமான சம்பிரதாயங்களை நோக்குகை யில், மரணத்தின் வாசலில் இருப்பவருக்கு அவசர அவசர மாக 'அவஸ்தைபூசுதல்' சடங்கு குருவானவர்மூலம் நிறை

வேற்றப்படும். இன்று இச்சொல் 'நோயில் பூசுதல்' என்று அழைக்கப்படுகிறது. இது கத்தோலிக்கர்கள் தம் இறுதிக் காலத்தில் பெற்றுக்கொள்ள வேண்டிய சமயச் சடங்காகும். அவஸ்தைபூசுதல் ஒருவருக்கு அளிக்கப்பட்டுவிட்டது என அறிந்தவுடன், அவரை இறுதிவேளையாகப் பார்ப்பதற்காக ஊர் பெண்கள் செல்வது வழக்கம். இக்காலங்களில், இரவு வேளைகளில் நாய்கள் குரைப்பதுடன் ஊளையிட்டால், இயமன் தெருவில் நடமாடுகிறான் என்ற நம்பிக்கை இங்குள்ளது. நாய்களின் ஊளை ஒலியில், சிறுவர்கள் தெருவில் நடமாட முடியாத பயத்தில் வீட்டினுள் முடங்கிக்கொண்டிருப்பார்கள். பெற்றோர்கள் சொல்லும் எந்த வேலைக்கும் வெளியே செல்ல மறுத்து அடம்பிடிப்பார்கள்.

செத்தவீடு என்பதற்கு அடையாளமாக வீட்டின் முன் 'தட்டுப்பந்தல்' போடப்பட்டிருக்கும். அப்பந்தலின் கீழ், ஊரிலுள்ள 'அண்ணாவிமார்கள்' கூடி ஒப்பாரி பாடுவார்கள். முற்காலத்தில் குடிசன நெருக்கமற்று வதிவிடங்கள் இருந்த பொழுது, தனித்திருக்கும் உறவினர் தூங்கிவிட்டால், இறந்தவரின் உடலை நாய் இழுத்துக்கொண்டு சென்றுவிடாமல் இருப்பதற்காக இவ்வாறு பாடப்படுவதாகக் கூறப்படுகிறது. இரவிலிருந்து விடியும்வரை பாடும் இவர்களுக்கு, கள்ளு, சாராயம் ஆகியன தாராளமாக வழங்கப்படும். இரண்டாம் நாள் மாலை, உடல் அடக்கத்திற்காகச் சவக்காலைக்கு எடுத்துச்செல்லப்படும். இங்கு இரண்டுநாட்கள் தாமதிக்கப் படுவதற்கான காரணம் ஒன்று வாய்மொழியாக உலவுகிறது. இறந்தவர் எனக் கருதப்பட்ட ஒருவர், மறுநாள் மாலை பிரேத அடக்கத்திற்காக எடுத்துச்செல்லப்படுவதற்கு முன்பாகத் திடீரென்று எழுந்து விட்டாராம். அவ்வாறு, ஆவி உள்ளடங்கி இறந்தவர்போல் இருக்கும் எவராவது, மீண்டும் எழுந்து வருவதற்கான கால அவகாசமே இந்த இரண்டு நாட்களாகும் என்கிறார்கள். ஆயினும் இறந்த ஒருவருக்கு, கோவிலில் வைத்துச் செய்யவேண்டிய சமயச் சடங்குகள், சவக்காலையில் அவரைப் புதைப்பதற்கான அனுமதியைப் பெறுதல், புதைகுழி தோண்டுதல் அல்லது கட்டுதல் என்பனவற்றிற்கு ஒருநாள் போதுமானதாக இருப்பதில்லை என்பதே சரியான காரணமாக இருக்கலாம்.

இறந்தவர் சவக்காலைக்கு எடுத்துச்செல்லப்படும் நாளில், அவரைக் குளிப்பாட்டி, புதிய ஆடைகள் அணிவித்து, நண்பகலிற்குப் பின்னர், தட்டுப்பந்தலின் கீழ் கொண்டுவந்து வைப்பார்கள். அதனைச் சுற்றியிருந்து பெண்கள் 'ஒப்பாரி' பாடுவார்கள். ஆண்களுக்காக வெளி வீதியின் அருகில்

கதிரைகள் போடப்பட்டிருக்கும். இவர்களுக்குச் சுருட்டு, சிகரட் ஆகியன வழங்கப்படும். நேரம் நெருங்கியதற்கு அடையாளமாக, குருவானவருடன் கோவில் பலிபீட உதவி யாளர்கள் மூவர் வருவர். இன்றைய காலங்களில் குருவானவர் வருவதில்லை. பலிபீட உதவியாளர்கள் மூவர் மட்டுமே வருகின்றார்கள். மூவரில் ஒருவர் நீண்ட கைப்பிடியுள்ள சிலுவையையும், இன்னொருவர் தூபம் காட்டும் சாதனமும், மற்றவர் கைமணியும் கொண்டிருப்பார்கள். குருவாணவர் இறந்தவருக்குரிய செபத்தினைச் சொல்லி முடிந்தபின்னர், பலமாக எழும் பெண்களின் அழுகுரல்கள் மத்தியில் உடல் எடுத்துச்செல்லப்படும்.

ஊர்வலத்தின் முன்னால், குருசு தாங்கியவர் நடுவில் செல்ல, மற்ற இருவரும் அவருக்கு இரு பக்கங்களிலுமாகச் செல்வார்கள். இவர்கள் நீளமான சிவந்த 'கசக்கும்' அதன் மேல் வெள்ளை நிற 'சேப்பிள்ஸ்சும்' அணிந்திருப்பார்கள். இவர்கள் பின்னால், இரு வரிசையில் ஆண்கள் செல்வார்கள். கோவிலின் 'சங்கிடுத்தார்' இரு வரிசைக்கும் நடுவில் செபம் வாசித்தபடி செல்வார். இறந்தவரை பாடையில் வைத்து, இரத்த உறவினர்கள் நால்வர் தூக்கிச்செல்ல, ஏனைய உறவினர் கள் பின்னால் கூட்டமாகச் செல்வார்கள். முற்காலத்தில் கோவில் நிர்வாகத்தில் இருந்த பாண்டு வாத்தியக்காரர் முன்செல்ல, குதிரை பூட்டிய கறுத்த வண்டிலில் இறந்தவர் வைக்கப்பட்டிருப்பார். முன்பு புனித யாகப்பர் ஆலயத்தின் பிரதான வீதியை நோக்கிய பெரிய முற்றத்தின் வலப்பக்க மூலையில் குதிரைவண்டியும், குதிரையும் இருந்ததை இன்றும் சிலர் ஞாபகம் வைத்திருக்கக்கூடும். பின்னர் குதிரைவண்டிக்குப் பதிலாக மோட்டார் வாகனம் பாவிக்கப்பட்டது. இது இன்றும் வழக்கிலுள்ளது. மோட்டார் வாகன வருகைக்குப்பின்னர் பாடைகட்டுதல் இல்லாமல் போய்விட்டது. பாண்டு வாத்தியம் கோவில் நிர்வாகத்திலிருந்து நீக்கப்பட்டபின், தனிப்பட்டவர்கள் குழுவாகச் சேர்ந்து பணத்திற்காக வாசித்தார்கள். இன்று அதுவும் வழக்கொழிந்து போய்விட்டது.

'பஞ்சமி' திதியுடைய நாட்களில் ஒருவர் இறந்தால், அவரது சவஅடக்க ஊர்வலத்தின்போது, சோளப்பொரியைச் சவப்பெட்டியின்மேல் இறந்தவர் உறவினர் ஒருவர் எறிந்து செல்வார். பஞ்சமி நாளில் இறந்தவருடன் பஞ்சமிப் பேயும் கூடவரும் என்ற நம்பிக்கையைக் கொண்டுள்ளனர். பின்னால் வரும் பஞ்சமிப் பேய், எறியப்படும் பொரியை ஒவ்வொன்றாகப் பொறுக்கிப், பொறுக்கிச் சாப்பிட்டுக்கொண்டே வருமாம். இவ்வாறு ஒவ்வொன்றாக எடுத்துச் சாப்பிடுகையில்,

ஊர்வலத்தைவிட்டு அது வெகுதூரம் பின்தங்கிவிடுமாம். அதற்குள் பிணத்தைப் புதைத்துவிடலாம். பஞ்சமிப் பேயால் உடலைத் தொடர்ந்து வரமுடியாமல் போய்விடும் என்ற நம்பிக்கையிலேயே இச்சடங்கு மேற்கொள்ளப்படுகிறது. இப் பஞ்சமி நாட்களில், இறந்தவர்களின் வீடுகளில், இப்பஞ்சமிப் பேயின் வினோதமான சத்தங்களும், அவற்றின் நடமாட்ட அறிகுறிகளும் பலமாகக் காணப்படுவதாகவும், இவற்றின் சேட்டைகளினால் பலர், அதனுடைய ஆர்பாட்டக் காலங் களான, நாற்பது நாட்கள் வரைக்கும் வீட்டைக் காலிசெய்து விட்டுச் சென்றவர்களும் உண்டென்ற பல கிளைக் கதைகள் இதனோடு உலவுகின்றன.

மரண ஊர்வலம் வீதியோரத்தில் இருக்கும் கோவில் களைக் கடந்து செல்கையில் அக் கோவில்களில் இருந்து 'துக்கமணி' அடிக்கப்படும். இது இறந்தவருக்குச் செய்யும் மரியாதையாகவும் அதேவேளையில் மரண ஊர்வலம் ஒன்று செல்லுகின்றது என்ற செய்தியை அயலுக்குத் தெரிவிப்பது மாகும். மரண ஊர்வலம் சவக்காலையைச் சென்றடைந்த பின்னர், குருவானவரால் இறந்தவருக்காகச் சொல்லப்படும் செபத்தின் பின்னர், சவப்பெட்டி புதைகுழிக்குள் இறக்கப் படும். இப் புதைகுழியைப் 'பெரியகோவிலின்' நிர்வாகத்திட மிருந்து பணம் கொடுத்துத் தமக்குரியதாக ஆக்கிக்கொள்ள லாம். இதன்மூலம் இப் புதைகுழியைக் கற்களால் கட்டி, நினைவுச் சின்னமும் அமைத்துக்கொள்ளலாம். தொடர்ந்து இரண்டு வருடங்களின் பின்னர் (உடல் உக்கிப்போவதற்கு இரண்டு வருடக்காலம் எடுக்கும் எனக் கூறப்படுவதுண்டு.) மீண்டும் உறவினர்களைப் புதைக்க அக்குழியைப் பாவித்துக் கொள்ளலாம். பணம் இல்லாத ஏழைகளிற்குப் புதைகுழி இலவசமாகக் கிடைக்கும். அவர்கள் அதற்குள் புதைக்கலாம் அவ்வளவே. அத்துடன் அவர்களுக்கும், அக்குழிக்கும் எந்த உரிமையும் இல்லை. உரிய காலத்தின் பின்னர் அக்குழிக்குள் கோவில் நிர்வாகத்தின் அனுமதியுடன் வேறுயாரும் யாரையும் புதைக்கலாம்.

மரணித்தவர், குழிக்குள் இறக்கப்பட்டவுடன், ஊர்வலத் தில் பங்குபற்றியோர் அதற்குள் மூன்றுமுறை மண்ணை அள்ளிப் போடுவார்கள். மண்ணால் உண்டாக்கப்பட்டவன் மீண்டும் மண்ணுக்கே சொந்தமாகிறான் என்பது இதன் அர்த்தமாகும். இவையாவும் முடிந்த பின்னர், இறந்தவரின் இரத்த உரித்துடையவர்கள் ஊர்வலத்தில் வந்தவர்களுக்கு நன்றி தெரிவிப்பதற்காகச் சவக்காலை வாசலில் நிற்பார்கள். வெளிவருபவர்களுக்குச் சுருட்டும், சிகரெட்டும் வெற்றிலை

பாக்கும் வழங்கப்படும். மரண ஊர்வலத்தில் பங்குபற்றிய அனைவரும் இறந்தவர் வீட்டிற்குச் செல்வார்கள். இங்கு தேனீர், சுருட்டு, சிகரெட், வெற்றிலை பாக்கு ஆகியன மீண்டும் வழங்கப்படும். இங்கு இறந்தவரின் உறவினர்கள், நெருங்கிய நண்பர்கள் இரவுச் சாப்பாட்டிற்காக அழைக்கப்படுவார்கள்.

வீட்டினுள் இறந்தவரைப் படுக்க வைத்திருந்த இடத்தில், அவரது தலைமாட்டுப் பக்கத்தில் மெழுகுத்திரி எரிய விடப் படும். தொடர்ந்து ஏழு நாட்கள் எரியவிடப்படும். இந்த ஏழு நாட்களிலும் இறந்தவரின் உறவினர்கள் இறந்த வீட்டி லிருந்து ஒன்றாகச் சமைத்துச் சாப்பிட்டுக்கொள்வார்கள். எட்டாம் நாள் 'பிச்சைச் சோறு' வழங்கப்படும். இந்நாளில் நண்பகலுக்கு முன்னர் 'விருந்துச் சோறு', 'மேசைச் சோறு' என இருவகைச் சாப்பாடு சமைக்கப்படும். மேசைச் சோறு இறந்தவருக்காகச் சமைக்கப்படுவது. அவரது ஆவி இங்கு வந்து, அந்தச் சாப்பாட்டைச் சாப்பிடுவதாக இவர்கள் நம்பு கின்றனர். பெரிய அளவில் சமைக்கப்படும் சோறு, புதுப்பாய் ஒன்றில் கொட்டிப் பரவி, அதன்மேல் இறந்துபோனவர் விரும்பிச் சாப்பிட்ட கறிவகைகள், உணவுப்பொருட்கள், பழ வகைகள், குடிவகைகள் ஆகியன வைக்கப்பட்டிருக்கும். பகல் பன்னிரண்டு மணிக்குப் பின்னர், இறந்தவருக்குரிய செபம் வாசிக்கப்பட்டவுடன் அனைத்தையும் ஒன்றாகக் குழைத்து, சிறுசிறு உருண்டையாக்கி, இரத்த உரித்துடையவர்கள், உறவினர் கள், நெருங்கிய நண்பர்கள் யாவருக்கும் கொடுக்கப்படும். இச்சோற்று உருண்டையை 'உரிமைச் சோறு' என அழைக்கின் றனர். விருந்துக்கான சமையல் அயலவர்களுக்கு வழங்கப் படும். முன்னர், அயலவர்கள் தத்தமது ஓலைப்பெட்டிகளை அங்கு வைத்துவிட்டுச் செல்வார்கள். சேர்ந்திருக்கும் பெட்டி களில் உணவு பகிர்ந்து போடப்பட்டபின், அயலவர் வந்து தமக்குரியதை எழுத்துச் செல்வர். இக்காலத்தில் இந்நடை முறை அற்றுப்போய்விட்டது.

இதன்பின்னர், கிறிஸ்து இறந்த பெரிய வெள்ளிக்கிழமை கிறிஸ்துவுடன் சேர்த்துத் தத்தம் வீடுகளில் இறந்தவரின் ஆத்ம சாந்திக்காக உறவினர்கள் நெல்லுப்பச்சை அரிசியில் கஞ்சிகாச்சி ஊரவருக்குக் கொடுப்பர். சிலர் இதனை வீட்டிலும் சிலர் கோவிலிலும் கொடுப்பார்கள். இந்நாள் சிறுவர்களுக்கு மிகவும் உற்சாகமான நாள். அவர்கள் ஓடிஓடிச் சென்று பாத்திரங்களில் இக்கஞ்சியை வாங்கிச் செல்வதைக் காணலாம். இதேபோன்று, கார்த்திகை மாதம் இரண்டாம் திகதி 'இறந்த ஆத்துமாக்கள் திருநாள்' கத்தோலிக்கரால் கொண்டாடப் படுவதுண்டு. முதல் நாள் இரவின்போது, ஒவ்வோர் வீட்டு

வாசலிலும் இறந்தவருக்காக உணவு, தண்ணீர், கள்ளு, சாராயம் ஆகியன வைக்கப்படும். இந்நாளில் பசியுடனும் தாகத்துடனும் வரும் இறந்தவரின் ஆவி அவற்றை உண்பதாக நம்புகிறார்கள். ஆவிகள் அவற்றை உண்கின்றதோ இல்லையோ சில வாலிபர்கள் இதற்காகவே தூங்காமல் வீடுவீடாய்ச் சென்று கள்ளு, சாராயம் ஆகியவற்றைக் குடிப்பது வழக்கம். இவ்வாறு குடிக்கப்பட்டு இருப்பவற்றை, மறுநாள் காலை காணும் வீட்டிலுள்ளோர், ஆவிதான் அவற்றைக் குடித்துச் சென்றுள்ளதாக நம்பிக்கொள்கிறார்கள். இரண்டாம் திகதி மாலை, சவக்காலை சென்று, இறந்தவரின் கல்லறை அருகே நின்று மெழுகுவர்த்தி கொளுத்தி அழுவதையும், அவரின் ஆத்ம சாந்திக்காகப் பாண்துண்டுகளை வருபவர்களுக்குக் கொடுப்பதையும் காணலாம். சவக்காலையினுள் எரியும் மெழுகுவர்த்திகளுடன் வெள்ளை ஆடைகள் அணிந்து நடமாடும் மக்கள் நடுவே, வாலிபர்களும் வனிதையர்களும் சந்தித்துக்கொண்டு தங்கள் கருத்துக்களைப் பரிமாறுவதையும் கண்களால் பேசிக்கொள்வதையும் காணக்கூடியதாக இருக்கும்.

மேற்கூறப்பட்டவைபோன்று ‘அற்ஹோம்’ *(At Home)* என்றொரு சம்பிரதாயமும் இங்கு வழக்கில் உண்டு. ஒருவர் அற்ஹோம் வைக்கப்போகின்றார் என்றால், அதற்கான அழைப்பிதழ் பத்திரம் அச்சடித்து, குருநகரிலுள்ள அனைத்து வீடுகளிற்கும் வழங்குவார். அற்ஹோமிற்கு குறிக்கப்பட்ட நாளில், அது பெரும்பாலும் சனிக்கிழமையாகவே இருக்கும். காலையிலிருந்து அந்த வீட்டில் லவுட் ஸ்பீக்கர் *(Loud Speaker)* பாடிக்கொண்டே இருக்கும். அன்று மாலை அற்ஹோம் வீட்டிற்கு வருபவர்களிற்கு, கேக், பிஸ்கற், வாழைப் பழம், சோடா ஆகியன வழங்கப்படும். வந்தவர்கள் தங்கள் தகுதிக்கு ஏற்றவாறு பணம் கொடுப்பார்கள். இவ்வாறு கொடுக்கப்படும் மொத்தப் பணத்தை முதலீடாகக் கொண்டு அவர் ஒரு தொழிலை ஆரம்பிக்கலாம். அல்லது அவர் வேண்டிய எதனையும் செய்து கொள்ளலாம். அற்ஹோமில் கொடுக்கப்படும் பணம் சாராம்சத்தில் கடனாகவே கொடுக்கப்படுகிறது. ஒருவர் ஐம்பது ரூபாய் கொடுத்தால், கொடுத்தவர் பின்னர் அற்ஹோம் வைக்கும்பொழுது, பணம் பெற்றவர் நூறு ரூபாய் கொடுக்கவேண்டும் என்பது சம்பிரதாயம். ஐம்பத்து ஐந்து ரூபாய் கொடுத்தால் அவரது கடனைக் கொடுத்துவிட்டார் என்பதுதான் அர்த்தம். இதனை “மட்டம் கட்டியாச்சு” என்பார்கள். மேலதிகமாக கொடுக்கப்பட்ட ஐந்து ரூபாய், அந்த ஐம்பது ரூபாய்க்கான வட்டி என்பதாகும். நூறு ரூபாய் கொடுக்கப்பட்டிருந்தால், மேலதிகமான ஐம்பது ரூபா அவர் திரும்பச் செலுத்தவேண்டிய கடனாகும்.

இது நல்லதொரு கூட்டு முயற்சியாக அறிமுகப்படுத்தப் பட்டபோதிலும், இதுவே பலருக்குச் சுமையாகவும் அமைந்து விட்டது. சிலவேளைகளில் மூன்று, நான்கு அற்ஹோம்களும் நடைபெறுவதுண்டு. வறியவர்கள் அவை எல்லாவற்றிற்கும் பணம் கொடுக்க முடியாமல் தவிப்பதுண்டு. இதனால் கொடுத்த பணத்தைத் திருப்பிக் கேட்ட சச்சரவுகளும் உண்டு. அற்ஹோம் வைப்பவர்கள் தொகை அதிகமாக, புதன் கிழமை யும் அற்ஹோமுக்குரிய நாளாயின. இரவிரவான ஸ்பீக்கர் சத்தம் கல்வி கற்பவர்களுக்குப் பெரிதும் இடையூறானது. 'குருநகர் முன்னேற்ற ஐக்கிய முன்னணி' என்ற அமைப்பு இவற்றை ஒரு கட்டுப்பாட்டின் கீழ் கொண்டுவந்தது. இதன் பின்னர், அற்ஹோம் வைக்க விரும்பும் ஒருவர் அனுமதி கோரி இம் முன்னணிக்கு விண்ணப்பிக்கவேண்டும். அவர்கள் அவற்றைப் பரிசீலித்து அவசியமான ஒருவருக்கு அனுமதி அளிப்பார்கள்.

❖

கடலலைகள் கொஞ்சுநகர் காவலன்

'கடலலைகள் கொஞ்சுநகர் காவலன்' எனக் குருநகர் மக்களால் கொண்டாடப்படும் புனித யாகப்பர் ஆலயம், வடக்கே பிரதான வீதியையும், கிழக்கே ஆறாம் குறுக்குத் தெருவையும், தெற்கே பாங்சல் வீதியையும், மேற்கே சென் ஜேம்ஸ் மேற்கு வீதியையும் தனது எல்லையாகக் கொண்டுள்ளது. 'தோள் கண்டார் தோளே கண்டார்' என்பதுபோல் இந்த ஆலயத்தை நீங்கள் எந்தக் கோணத்தில் நின்று நோக்கினாலும் அதன் அழகிலும், அதன் பிரமாண்டத்திலும் மயங்கியே போவீர்கள். ஆலயத்தின் உட்சென்றால், கட்டிடக் கலை அழகையும், சிற்பக் கலையின் நுணுக்கங்களையும் நீங்கள் கண்டு கொள்ளலாம்.

குருநகர் மக்களின் மகிழ்ச்சியிலும், துயரத்திலும் மையப் புள்ளியாக இயங்கும் இப் பிரமாண்டமான ஆலயத்தை, தங்கள் மறை வாழ்வின் தேவைகளுக்காக முப்பத்தொன்பது குடும்பங்களே கட்டி முடித்தார்கள் என்ற செய்தி, இன்று வியப்பூட்டக்கூடும். ஆனால், உண்மை அதுவாகத்தானே இருக்கிறது. இன்று நூற்று ஐம்பது ஆண்டுகளின் பின்னரும், பல தலைமுறை, தலைமுறையின் பின்னரும்கூட, அவர்களின் எண்ணிக்கையின் பெருக்கத்திற்கு ஈடுசெய்யும் விசாலத்தை அந்த ஆலயம் கொண்டிருக்கிறது என்றால் அந்த முப்பத்தொன்பது குடும்பங்களின் எதிர்காலம் பற்றிய நோக்கையிட்டு நாம் ஆச்சரியப்படாமல் இருக்க முடியாது. மேலும், இவ்வாலயத்தின் தூபி மாடம் குருநகரைச் சேர்ந்த

வண. பிதா மொறுவா யாகப்பர் ஆலயத்திற்கு அத்திவாரமிட்டவர்.

மேஸ்திரி லீயோ

மேஸ்திரி சந்தியோ என்பவரின் சொந்த அனுபவத்தின் அடிப்படையில் கட்டி முடிக்கப்பட்டது என்றால் இன்றைய கட்டிடக் கலைத் தொழில் நுட்பவியலாளர்கள் அசந்துபோய் நிற்பார்கள்.

1861இல் அத்திவாரம் இடப்பட்ட இவ்வாலயம், முழுக்க முழுக்கக் குருநகர் மக்களாலேயே கட்டி முடிக்கப்பட்டது. உள்ளூர்க் கட்டிடக் கலைஞர்களான சந்தியோ, கபிரியேற் பிள்ளை, லியோ, மனுவேற்பிள்ளை ஆகியவர்களின் தலைமையில் காலத்திற்குக் காலம் பகுதி பகுதியாகக் கட்டப்பட்டது. இதன் விரிவாக்கம் 1982 வரையிலும் நடைபெற்றுள்ளது என அறிய முடிகிறது.

யூத எண்களின் அடிப்படையைக் கொண்டு கட்டப்பட்ட இவ்வாலயம் 232 அடி நீளமும், 58 அடி அகலமும், மாடத்துடன் சேர்த்து 81 அடி உயரமும், ஆலயத்தினைச் சுற்றித் தாழ்வாரமும் விறாந்தையுமாயும், அதனைச் சுற்றி 6 படிகளும் கொண்டு அமைந்துள்ளது. ரோமக் கட்டிடக் கலையின் அமைப்பில் கட்டப்பட்ட இவ்வாலயம், ஜெருசலேம் ஆலயத்தின் பணிகளின்போது இரும்பு எவையும் பாவிக்கப் படாததைப்போல், வெறும் மரங்களினாலேயே கட்டி முடிக்கப் பட்டதாகச் சொல்லப்படுகிறது.

இவ்வாலயம் இருக்கும் இதே இடத்தில், முன்னர் ஒரு சிறு ஆலயம் இருந்தது, அது அகற்றப்பட்டு, தற்போதைய ஆலயம் அமைக்கப்படலாயிற்று. அச் சிற்றாலயம் இருந்தமைக்கு

வணபிதா யோசவ் றெபெய்றே அடிகளாரின் பூதவுடல்
அடக்கம் செய்யப்பட்டமைக்குச் சான்றான கல்வெட்டு

ஆலயத்தின் நடுவில் இருக்கும் கல்வெட்டு ஒன்று சான்று பகர்கின்றது. இக் கல்வெட்டு வண.பிதா. யோசவ் றேபெய்றோ அடிகளாரின் பூதவுடல் 01.11.1783இல் இங்கு அடக்கம் செய்யப் பட்டதற்குச் சான்றாக விளங்குகிறது. இவரே அவ்வாலயத்தின் கட்டளைக் குருவாக இருந்திருக்கிறார்.

1883ஆம் ஆண்டு வீசிய பெரும் புயலினால் இவ் ஆலயத் திற்குப் பெரும் சேதம் ஏற்பட்டதாகச் சொல்லப்படுவதுண்டு. இதன்பின்னர், 1968இல் நத்தார் நடுச்சாமப் பூசையின்போது, இன்ஸ்பெக்டர் டயஸ் தலைமையில் வந்து, அத்துமீறி ஆலயத் தினுள் நுழைந்த பொலிஸ்காரருக்கும் இம் மக்களுக்கும் கோவில் வளவினுள் பெரும் கைகலப்பே நிகழ்ந்தது. முதலில் தப்பியோடிய பொலிஸ்காரர்கள், பின் பெரும் பொலிஸ் அணியுடன் திரும்பி வந்து, பூசை முடிந்து எல்லோரும் திரும்பி வீடு சென்ற பின்னர், எஞ்சி நின்ற சிலரைத் தாக்கி ஆலயத்தினுள் பெரும் சேதத்தினையும், இரத்தக் களரியினை யும் ஏற்படுத்தினர். இரத்தம் சிந்திய ஆலயம் பூட்டப்பட்டு, வழிபாடுகள் நிறுத்தப்பட்டது. குருநகர் மக்கள் தமக்கு நியாயம் கிடைக்கவேண்டும் எனப் போராடினர். நியாயம் கிடைக்கும்வரை ஆலயத்தினைத் திறக்கக் கூடாது எனக் கோரிக்கை வைத்தனர். யாழ்ப்பாணப் பாராளுமன்ற உறுப்பினர் வந்து, மக்களைச் சந்தித்து, நியாயம் கிடைக்க வழிசெய்வதாக வாக்குறுதி அளித்தார். ஆயினும் பொலிஸ் தலைமைப்பீடமும், யாழ் குருமடத் தலைமைப்பீடமும் இணக்கப்பாட்டிற்கு வந்த பின்னரே, இவ்வாலயம் மீண்டும்

திறக்கப்பட்டது. தமக்கு நேர்ந்த அநியாயத்திற்கு நியாயம் கேட்ட குருநகர் மக்கள் ஏமாந்ததுதான் மிச்சம். இதன்பின்னர், 13.11.1993இல் இலங்கை விமானப்படையினரின் குண்டு வீச்சில், இவ்வாலயம் சின்னாபின்னமாக்கப்பட்டது. ஆலயத்தினுள் இருந்த ஒன்பது பேர்கள் உடல் சிதறிப் பலியாகிப் போயினர். இவ்வாலயத்தின் சிதைவைத் தமது ஆன்ம பலத்தின் சிதை வாகக் கருதிக்கொண்ட குருநகர் மக்கள், பெரும் முயற்சியில் குருநகரைச் சேர்ந்த உள்ளூர், புலம்பெயர்ந்த மக்களின் உதவியுடன் தமது ஆலயத்தை மீளமைத்துக் கொண்டனர். இவ்வாலயம் அழிவிலிருந்து தன்னைப் புனரமைத்துக்கொண்டு, ஒரு பீனிக்ஸ் பறவையைப்போல் புதுப் பொலிவுடன் இன்று எழுந்து நிற்கிறது.

ஆடி மாதம் 25ஆம் திகதி புனித யாகப்பர் ஆலயத் திருநாள் கொண்டாடப்படுகிறது. 16ஆம் திகதி கொடியேற்றத் துடன் ஆரம்பமாகும் இத்திருநாள், ஒவ்வோர் நாள் மாலை யின் 'நோவினைகளின்' பின்னர், 25ஆம் திகதி மாலை நடைபெறும் 'சுற்றுப்பிரகாரத்துடன்' முடிவடைகிறது. இப் பத்து நாட்களின் நிகழ்வுகளையும் அதன் செலவுகளையும் குருநகரிலுள்ள தொழிலாளர் அனைத்தும் தம்முள் பகிர்ந்து கொள்கின்றனர். அவை; கரவலைத் தொழிலாளர்கள் ஒரு நாள், வத்தைச் சங்கத் தொழிலாளர்கள் ஒருநாள், சிறகுவலைத் தொழிலாளர்கள் ஒருநாள், தூண்டில் வலைத் தொழிலாளர் கள் ஒருநாள், நைலோன்வலைத் தொழிலாளர்கள் மூன்று

13.11.1993இல் இலங்கை விமானப்படையின் குண்டு வீச்சில் சிதறிய புனித யாகப்பர் ஆலயம்

நாட்கள், கருவாட்டு வியாபாரிகளும் குத்தகைக்காரரும் இணைந்து ஒருநாள், பொதுத் தொழிலாளர்கள் இணைந்து இரண்டு நாட்கள் எனப் பொறுப்பெடுத்துக் கொள்கின்றனர்.

சுற்றுப்பிரகாரம் அன்று குருநகர் மக்களுக்கு இன்னொரு புதுவருட நிகழ்வு போன்றது. அனேகமானவர்கள் கோடி உடையினையே உடுத்திக்கொள்வார்கள். புனித சொரூபம் எடுத்து வரப்படும் தெருவின் இரு பக்கங்களும் தென்னந் தோரணங்களினால் விதம்விதமாக அலங்கரிக்கப்பட்டிருக்கும். அத்தெருவின் குடியிருப்பாளர்களின் கற்பனைக்கு ஏற்றவித மாக, வர்ணக் கடதாசிகள் விதம்விதமாக உருவமைக்கப் பட்டிருக்கும். பிற்பட்ட காலங்களில் இத்தெருக்கள் யாவும் புதிதாக வாங்கப்பட்ட வலைகளினால் அலங்கரிக்கப்பட்டு, மின்விளக்குகளினால் ஒளியூட்டப்பட்டது. சொரூபம் எடுத்து வரப்படும் தெருக்களின் சந்தியில் எல்லாம் ஒரே பட்டாசு சத்தமாகவே இருக்கும். இப்பட்டாசு வெடிகளுள் சிலர் அதிரடியாக டைனமெற் வெடிகளையும் வீசுவதுண்டு. இவற்றின் பெரும் சத்தத்தால் சுற்றுப்பிரகாரத்தில் அணி வகுத்து வருபவர்கள் பெரும் திகிலுக்கு ஆட்படுவதும் உண்டு. காதலர்கள் தம் காதலிகளைத் தெருவிற்குத் தெரு, பலமுறை ஒளிவுமறைவின்றி, பெற்றோர்களின் பயமின்றி, பார்க்கக் கூடிய பெரும் வரப்பிரசாதத்தைப் படையாளி தனது வீதி வலத்தின்போது இவர்களுக்கு அளித்துக்கொள்வார்.

புனித யாகப்பர் ஆலயம் – குருநகர்

இவ்வாலயத்தினுள் குடிகொண்டிருக்கும் புனித யாகப்பர் என்பவர்தான் யார்? யூதேயாக் கடலோரத்தில் மீன் பிடித்துக் கொண்டிருந்தவர்களைப் பார்த்த யேசுநாதர்: "என் பின்னே வாருங்கள், நான் உங்களை மனிதரைப் பிடிக்கிறவர்களாக்கு கிறேன்" என்று கூறியவுடன், தமது வலைகளை அப்படியே விட்டுவிட்டுப் பின்சென்ற இருவரில் ஒருவர்தான் இந்த யாகப்பர். மற்றவர் அவரது தம்பி அருளப்பர் ஆவார். புனித யாகப்பர், யேசுவின் வாழ்வில் நடைபெற்ற முக்கிய நிகழ்வு களிலெல்லாம் யேசுவுடன் கூட இருந்திருக்கிறார். தபோர் மலையில் யேசு மறுரூபமானபோது இருந்த மூவரில் இவரும் ஒருவர். (மார்க்கு: 9.2) பிரதான செப ஆலயத் தலைவன் யெறியசின் மகளை உயிர்ப்பிக்கும்பொழுது, சாட்சியாய் இருந்த மூவரில் இவரும் ஒருவர். (மார்க்கு: 5.37) ஜெஸ்தமனித் தோட்டத்தில் யேசுவின் பாடுகளுக்குச் சாட்சியாக இருந்த மூவரில் இவரும் ஒருவரே (14;33).

யேசுவின் மறைவிற்குப்பின்னர், இவர் தமது சமயப் பணியை ஸ்பானிய தேசத்தில் ஆரம்பித்தார். இறுதியில் ஏரோது

புனித யாகப்பர்

அரசனின் பேரனான முதலாம் அக்றிப்பாவின் காலத்தில் யூதர்களின் சதியால் ஜெருசலேமில் கொல்லப்பட்டார். இவர் கொல்லப்பட்டபின்னர் மீண்டும் ஸ்பானிய தேசத்தின் 'கொம்பஸ்தில்லா' பட்டணத்தில் அடக்கம் செய்யப்பட்டார்.

பின்னாளில், ஸ்பெயின் தேசத்தை, றெம்மில் அரசன் அரசாண்டபோது, ஸ்பெயின் துலுக்கர்களின் படையெடுப்பால் சூழப்பட்டபொழுது, அரசனும், மக்களும் இவரை நோக்கி வேண்டுதல் செய்தபொழுது, புனித யாகப்பரும் இவர்களைக் காக்க வெண் புரவியில் வாளுடன் வந்து துலுக்கர்களை விரட்டியதாகச் சொல்லப்படுகிறது. வெண் புரவியில் ஸ்பானிய உடையுடன், வாள் ஏந்தியபடி உள்ள புனித யாகப்பரின் உருவப் படத்தை, குருநகரின் அநேகமான வீடுகளில் காணலாம். இவரைப் 'படையாளி' எனக் குருநகர் மக்கள் செல்லமாக அழைக்கின்றனர். இவரது வரலாற்றைக் கூறும் 'படைவெட்டு' என்னும் நாட்டுக் கூத்து இவ்வூரின் பிரபல்யமான நாட்டுக் கூத்துக்களில் ஒன்றாகும்.

இவர் துலுக்கரை வெண் புரவியில் வந்து விரட்டியது போல், இவ்வூரில் ஏற்படும் நோய்களை விரட்டித், தம்மைக் காப்பதாக இவர்கள் நம்புகிறார்கள். இவ்வூர் மக்களுக்குத் தொடர்ந்து தொற்றுநோய் ஏற்படும் காலங்களில் புனித யாகப்பரின் சொரூபத்தை இவ்வூரைச் சுற்றி ஊர்வலமாக எடுத்துச் செல்வார்கள். இதுதவிர இவர் இரவில் தமது வெண் புரவியில் ஊரைச் சுற்றி வந்து காவல் காப்பதாகவும் நம்புகிறார்க்ள். இதனால் இவரது குதிரையின் குளம்படி ஓசைகள் வீதிகளில் கேட்பதாகவும், 'பரியலங்களை' விரட்டிச் சென்று, வீசிய வாள் மறுநாள் வாழை மரத்திலோ, தென்னை மரத்திலோ தைத்திருந்தது கண்டுபிடிக்கப்பட்டு, பின் குருவானவர் மூலம் அவற்றை மீட்டெடுத்ததாகவும், அதுவரை ஆலயத்திலுள்ள புனித யாகப்பர் சொரூபத்தின் கையில் வாள் இல்லாதிருக்கக் காணப்பட்டதாகவுமான கதைகள் தலைமுறை தலைமுறையாகச் சொல்லப்பட்டு வருகின்றன.

இதுதவிர, 1864இல் இவ்வாலயத்தின் கட்டுமானத் தூண்களுக்குரிய மரத்தினைத் தேடி முல்லைத்தீவுக் காட்டிற்குச் சென்றபொழுது, ஆலயத்தின் தேவைக்குரிய 24 பாலைமரங்களும் ஒரேயிடத்தில் காணப்பட்டதாகவும், இது தங்கள் படையாளியின் புதுமையே என்றும் குருநகர் மக்கள் நம்புகின்றனர். இதேபோல் 1934இல் ஆலய முகப்பு அத்திவாரத்தில் ஏற்பட்ட மண்சரிவின்போது ச. சவிரியான் என்பவர் இம் மண்சரிவினுள் புதையுண்டு போனார். இவர் புதையுண்டு போனதை அப்பொழுது எவரும் கவனிக்கவில்லை எனவும்,

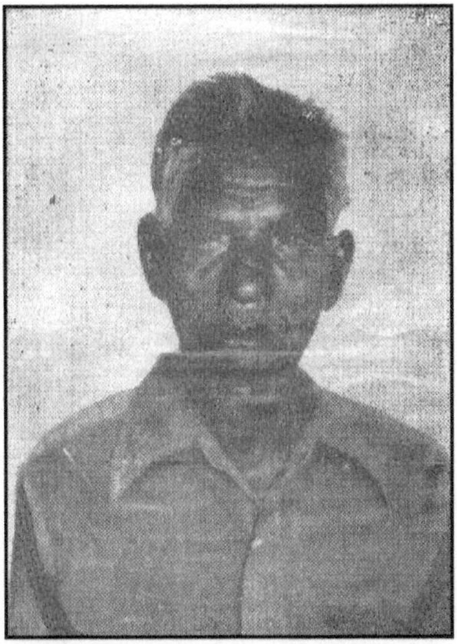

திரு ச. சவிரியான் புதையுண்டு உயிர்மீண்டவர்

பின்னர் அறிந்து அதுவும் பல மணித்தியாலங்களிற்குப் பின்னர் இவரைத் தேடிப் பார்த்தபொழுது, புதையுண்ட மண்ணின் மேலால் இவரது ஒரு விரல் தெரியக்கண்டு, மண்ணைத் தோண்டி எடுத்தபொழுது இவர் உயிருடன் இருந்தார் எனவும் சொல்லப்படுகிறது. மேலும் இவ்வாலயத்தின் விசேடத் தகைமைகளில் ஒன்றாக, 1687இல் கத்தோலிக்க உலகின் மத்தியில் மிகவும் பிரபல்யம் பெற்ற வண. யோசவ் வாஸ் அடிகளார் இங்கு வந்துள்ளதாகவும் சொல்லப்படுகின்றது.

குறிப்பு

புனித யாகப்பர் வரலாற்றுத் தகவல்கள், கோவில் கட்டிட அளவுகள் யாவும், புனித யாகப்பர் ஆலய 125ஆவது ஆண்டு மலரிலுள்ள இ. டோறசின் கடலலைகள் கொஞ்சு நகர் காவலன்' கட்டுரையிலும், '125ஆம் ஆண்டு நிறைவுகாணும் யாழ்ப்பாணம் புனித சந்தியோகுமையோர் ஆலயம்' என்ற கட்டுரையிலும் (இக்கட்டுரை எழுதியவர் பெயர் குறிப்பிடப் படவில்லை) இருந்து பெறப்பட்டது.

❖

பாகம் 3

அம்பா

யாழ் மேற்கு முன்னணிக் கரையின், குருநகர் பகுதியில் வாழ்ந்து வரும் மீனவர்களிடையே, நாட்டு மக்களின் கருவூலமான – தொழில் மொழிப் பாடல்கள் – நாட்டுப்பாடல்கள் பிறந்து, அவர்களோடு கடலில் மிதக்கும் வலை மிதப்புக்கள்போல் மிதந்துகொண்டிருக்கின்றன. இப்படித் தம்மோடு பிறந்து, மிதந்து வளமூட்டும் இப்பாடல்களை **'அம்பா'** என அழைக்கின்றார்கள். இந்த அம்பாப் பாடல்கள்: யாழ்ப்பாணக் குடாநாட்டின் கரையோரப் பிரதேசங்களில் மட்டுமல்லாது ஏனைய கடலோரப் பிரதேசங்களிலும் குறிப்பாகக் கரைவலைத் தொழில் புரியும் இடங்களில் எல்லாம் பாடப்படுவனவே.

இப்பாடல்களெல்லாம் ஒரு குறிக்கப்பட்ட பிரதேசத்திற்குச் சொந்தமானவையென யாரும் எடுத்த எடுப்பில் கூறிவிடமுடியாது. காரணம் பருவக் காற்றின் பெயர்ச்சி காரணமாக மீனவர்கள் தம் தொழில் செய்வதற்குத் தோதான இடம் தேடி, இடம்பெயர்ந்து செல்வதனால், இப்பாடல்களும் அவர்களுடன் கூடவே இடம்பெயர்ந்து சென்றிருக்கும். இது இயல்பானதே. ஆயினும் இங்குக் குறிப்பிடப்படும் அநேகப் பாடல்கள் குருநகரின் கடற் பகுதிகளில் பாடப்படுபவையாகும். இவற்றில் வரும் பாடல்களில் சில ஏனைய மீன்பிடிப் பகுதிகளிலிருந்து குறிப்பாகப் பேசாலை, வங்காலை, பள்ளிமுனை, கொக்குளாவா போன்ற பகுதிகளிலிருந்து பரவியதாகவும் இருக்கலாம்.

இம்மக்கள் இன்று தமது தொழிலை நைலோன் வலை, அறக்கொட்டிவலை, றோளர்வலை போன்ற நவீன பிரிவுகள் மூலம் செய்து வருகிறார்கள். ஆனால் இந்நவீன சாதனங்கள் ஆரம்பமாவதற்கு முன்னர், இந்நவீனத்துவத்தை நினைத்துப் பார்த்திருக்க முடியாத பழைய தலைமுறை மீனவர்கள், கரை வலைத் தொழிலினைத் தமது உடல் வலிமையைக்கொண்டே செய்துவந்தார்கள். கரைவலைமூலம் மீன்பிடித்தல் மிகவும் கடினமானதொன்றாகும். இன்று சாதாரணப் பலம் கொண்டவர் களெல்லாம் இத்தொழிலைச் செய்கின்றார்களென்றால், இதற்குக் காரணம் இயந்திரங்களின் உதவியேயாகும். ஆனால் பல வருடங்களுக்கு முன்னால், இயந்திரங்களின்றிப் பாரிய படகுகளைக்கொண்டு, கரைவலை மூலம் மீன்பிடித் தொழிலை மிகவும் பலம் பொருந்தியவர்களே செய்யக் கூடியவர்களாக இருந்தார்கள். 'வன்கைப்பரதவர்' என்ற நற்றிணைப் பாடலின் வரி இதனையே நமக்கு வலியுறுத்துகிறது. காரணம், முன்னர் கூறியதுபோல் பாய்களின்றிப் படகைச் செலுத்தும்வேளை காற்று வெளிகொண்டு வேகமாக வீசும் இடம்வரை, அப்பாரிய படகை, மரக்கோல்கள் மூலம் தாங்கும்போழுது, அணியத்து மரக்கோல் வைப்பவரும் கடையால் மரக்கோல் வைப்பவரும் மிகவும் பலசாலிகளாகவே இருக்க வேண்டும். குறித்த இலக்கிற்குக் காற்றிற்கும், கடலலைகளிற்கும் எதிராகத் தாங்குவதற்கு இவர் களாலேயே முடியும். 'ஆள் இளக்காரம் கண்டால் தோணி மிதந்தலை பாயும்' என்ற இவர்களது முதுமொழி இங்கு நோக்குதற்குரியது. இவ்வாறு தாங்கியும், வலைவளைத்தும், மீன்பிடிப்பதற்கு, தொழிலாளர்கள் ஒருமித்து இயற்கையை எதிர்த்து நின்று போராடினார்கள். இப்போராட்டத்தின் கடினத்தையும், துன்பத்தையும் மறப்பதற்காகத் தங்கள் மனத்திற்கு இசைந்த கருத்துக்களைத் தொகுத்துப் பல இராகங்களில் பாடி னார்கள். கூட்டாக வேலைசெய்யும்பொழுது உடலசைவின் ஒத்திசைக்கு இசைந்த பாடல்கள் தோன்றின. இவற்றைத் தொழிற் பாடல்கள் *(Labour Songs)* என்று கூறுவர்.

இப்பாடல்களையே அம்பா என அழைக்கின்றனர். அம்பா என்பது அழகிய பாடல் (அம் – அழகு பா – பாடல்) என்று பொருள் பெறும். அல்லது அம்பி என்பது தோணியின் மறுபெயராகும். இந்த அம்பி சம்பந்தமாக இப்பாடல்கள் எழுந்தமையினால் 'அம்பிப்பாடல்' என்ற சொல் உருவாகிக் காலம் செல்லச்செல்லச் சிதைந்து, அம்பாவாக மாறியிருக்க லாம். இவ் அம்பா இராகங்களை 'லைலா', 'றோசா', 'அல்லில்லா', 'ஞானசௌந்தரி', 'ஏலேலோ' எனப் பகுத்துப் பாடுவார்கள்.

அம்பாப் பாடல்களில் மிகப்பல இன்று அழிந்து விட்டன. காரணம், 1950 – 1953ஆம் ஆண்டுகளுக்கு இடைப்பட்ட காலப் பகுதியில் நடைபெற்ற, மீன்பிடி அபிவிருத்தித் திட்டத்தின் விளைவாக இப்பகுதி மீனவர்களுக்கு இயந்திரப் படகுகள் அளிக்கப்பட்டன. ஆரம்பத்தில் இதைக் கையேற்கப் பலர் விரும்பாதபோதிலும் ஓரிருவர் முன்வந்து அதனை ஏற்றனர். அதன் இலகுமுறை பலரை ஈர்த்துக்கொண்டது. காலம் செல்லச்செல்ல இம்முறையைப் பலரும் பின்பற்றத் தொடங்க, தொழில்கள் யாவும் படிப்படியாக இயந்திரமயமாக மாறின. இயந்திரங்களின் வருகையினால் தொழிலின் கடினம் கொஞ்சம் கொஞ்சமாக மறையத் தொடங்கியது. விளைவு, கடினத்தை மறக்கப் பாடிய அம்பாப் பாடல்களும் கொஞ்சம் கொஞ்ச மாக மறையத் தொடங்கின. ஒரு சமூகத்தின் முதுசொம் அவர்களை அறியாமலேயே அவர்களிடமிருந்து விலகிச் செல்ல ஆரம்பித்தது. ஆயினும் தலைமுறை தலைமுறையாக ஏற்பட்டுவரும் தொடர்பின் காரணமாக இப் பாடல்களில் சிலவற்றைச் சிலர் இன்னமும் மறக்காமல் வாய்மொழியாகவே வைத்திருக்கிறார்கள். அவர்களிடமிருந்து சேகரித்தவைகளே இந்த அம்பாப் பாடல்களாகும்.

❖

கடவுள் வணக்கம்

பழந்தமிழர் கடவுள் வழிபாட்டினைத் தாம் வாழும் நிலத்தின் இயல்பு நிலையோடு பொருந்தவே மேற்கொண்டார்கள். கடவுளின் தத்துவ நிலையையும், தாம் வாழும் நிலம், வாழ்வியல் இவைகளுக்கு அமையவே கண்டனர் என்ற உண்மையை,

மாயோன் மேய காடுறை உலகமும்
சேயோன் மேய மைவரை உலகமும்
வேந்தன் மேய தீம்புனல் உலகமும்
வருணன் மேய பெருமணல் உலகமும்
முல்லை, குறிஞ்சி, மருத நெய்தலெனச்
சொல்லிய முறையாற் சொல்லவும்படுமே

(தொல் : பொருள் : 5)

என்ற தொல்காப்பியர் கூற்றினால் அறியலாம். இவற்றுள் கடலும், கடல்சார்ந்த பெருமணல் உலகமாகிய நெய்தல் நிலமக்கள் வருணனைக் கடவுளாக வழிபட்டனர். இந்நிலை சங்க இலக்கியங்களுள் காணக்கூடியதாக இருக்கிறது. மீன்பாடு வளைத்துத் தொழில் செய்யுங் காலத்தில் அந்நில மக்களாகிய நுளையர்க்கு வலை வளம் தப்பிவிட்டால், நுளைச்சியராகிய அந்நிலத்து மகளிர் தம் சுற்றத்தாருடன் கூடித் தாம் விரும்பிய பண்டங்களைப் படைத்து வணங்கு வார்கள்.

சினைச் சுறாவின் கோடுநட்டு
மனைச் சேர்த்திய வல்லணங்கினான்

(பட்டினப்பாலை: 86, 87)

கொடுஞ் சுழிப் புகாஅர்த் தெய்வநோக்கி

(அகநானூறு : 110)

அணங்குடைப் பனித்துறை கைதொழு தேத்தி
யாயு மாயமோ டயரும்

(அகநானூறு : 240)

ஆகிய சங்கப்பாடல் வரிகள் பழந்தமிழ் மக்களின் இறை வழிபாட்டினை வெளிப்படுத்துகின்றன.

இந்த நெய்தல் நிலத்துக் குருநகர் மக்கள், இன்று நூற்றுக்குத் தொண்ணூறு வீதமானோர் கத்தோலிக்கர்களாகவே வாழ்ந்து வருகிறார்கள். இவர்கள் அன்றும்சரி இன்றும்சரி, எக்காரியத் தையும் தொடங்கு முன்னர் இறைவனை வழிபடுவது வழக்கம். இவர்கள் கரைவலைத் தொழிலை உருவாக்கி முதல் முறையாக மீன்பிடிக்கச் செல்லும்பொழுது, குருநகரில் இருந்து தென் கிழக்குத் திசையாகப் பதினைந்து மைல் தூரத்திலிருக்கும் பாலைதீவு என்னும் இடத்திற்குச் செல்வது வழக்கமாக இருந்து வருகிறது. இவற்றை இவர்கள் தமது அம்பாப் பாடலில்:

ஏத்தேத்து லைலா கரவலய
ஏசுநாதர் லைலா படிதருவார்
பார்த்துத்தான் லைலா வளையுமண்ணே
பாலதீவு லைலா பாடாகத்தான்

என்று பாடுவார்கள். இங்குக் கரைவலை என்று சொல் திரிந்து கரவலயாகவும், ஏற்று ஏற்று என்ற சொல் திரிந்து ஏத்தேத்துவாகவும் மாறியிருப்பதை அவதானிக்கலாம். ‘ஏத்தேத்து’ என்ற ஒருவரிப்பாடல் ஒருவரால் பாடப்படும் பொழுது, மற்றவர்கள் ஒருமித்து லைலா என்று பாடுவார்கள் இப்படியே பாடலின் முழுப் பகுதிகளையும் பாடுவார்கள். இப்பாடல்கள் ஏனைய மீன்பிடிப் பகுதிகளில், பாடும் முறையால் வேறுபடுகிறது. பாடலின் ஒரு வரியை ஒருவர் பாடுவார். அப்பாடலின் இராகம் லைலாவாக இருந்தால் “லைலா” என்றும் றோசாவாக இருந்தால் “றோசா” என்றும் பாடுவார்கள். ஆனால் அடுத்தவரிப் பாடலை முன்புப் பாடிய வருக்குப் பின்னால் உள்ளவர் பாட வேண்டும். மற்றவர்கள் முன் சொன்னதுபோல் இராகத்தைப் பாடுவார்கள். ஆயினும் இதற்கெனப் பொதுவான விதிகள் எதுவும் இருப்பதில்லை. அவரவர் விருப்பத்திற்கேற்றவாறும் பாடிக்கொள்வார்கள்.

இப்பாலைதீவில் புனித அந்தோனியார் ஆலயம் ஒன்று உண்டு. இங்கு மீன்பிடிக்கவரும் மீனவர்கள் இத்தீவை ஒரு புனிதத் தீவாகவே மதிக்கிறார்கள். இத் தீவுக்கரையில் பரந்துள்ள வெண்மணற் கரையில் எந்தவொரு அவசரமான அலுவலானாலும் ஓடிச்செல்லமாட்டார்கள். ஓடிச்சென்றால் அது விளையாட்டு என்பது இவர்களது கருத்தாகும். பாலைதீவில் தொழிலுக்கென்று வந்து, விளையாட்டுப் போக்கில் திரிந்தால் மீன்கள் பிடிபடாது என்ற நம்பிக்கை இவர்கள் மத்தியில் உண்டு. இப்புனித அந்தோனியார் ஆலயத்திற்குச் செல்பவர்கள் செல்லும்பொழுதும், சென்று திரும்பி வரும் பொழுதும், தரையில் பதிந்த காலடிச் சுவடுகளைக் குனிந்து கையால் அழித்துக்கொண்டே வருவார்கள். இப்படி அடி அழிக்காமல் வந்தால் மேற்குறிப்பிட்டபடி மீன்கள் பிடிபடாமலும், மீன்கள் பிடிக்கப் பயன்படும் வலை குறுக்காக வெடித்தும் போகும் என்ற நம்பிக்கை இவர்களிடம் இருந்து வந்தது. (தற்பொழுது இவ்வாறு அடி அழிப்பதில்லை) இச்சிறு சம்பிரதாயத்தை,

படியளப்பார் லைலா என்றுவந்தோம்
பாலதீவு லைலா கரையையண்டி
அடியழித்து லைலா வந்தேனய்யா
ஆதரிப்பீர் லைலா எங்களையும்

என்ற அம்பாப் பாடல்வரிகள் புலப்படுத்துகின்றன.

இங்குப் "படியளப்பார் லைலா என்று வந்தோம்" என்றும், "ஆதரிப்பீர் லைலா எங்களையும்" என்று பன்மை சேர்த்துப் பாடியவர், "அடியழித்து லைலா வந்தேனய்யா" என்று ஒருமையில் பாடுவதை அவதானிக்கலாம். இத்தொழில் செய்வதற்குப் பாலைதீவுக் கரையை அண்டியவுடன் தொழிலாளர்கள் கரையில் இறங்கி நிற்க, அத்தொழிலாளர்களுள் பக்தி விசுவாசமான ஒருவரை, கோவிலுக்குச் சென்று அதிக மீன்கள் பிடிபட வேண்டுதல் செய்யுமாறு அனுப்புவார்கள். இவரே சென்று வேண்டுதல்செய்து மீண்டும் வரும்பொழுது அடியழிப்பவராவார். இதனால்தான் "அடியழித்து வந்தேன்" என்ற வரி ஒருவர் செயலாவதைக் குறிக்கின்றது. அப்படி அடியழிக்கச் சென்றவர் பாடிய பாடலாகவும் இது இருக்கலாம்.

ஒவ்வொருவருக்கும் ஒவ்வொரு தெய்வத்தின்மீது அபரிமிதமான பக்தி இருக்கக் காணலாம். இந்துக்களில் சிலருக்கு அழகன் முருகன் மீதும், சிலருக்கு விநாயகர் மீதும் ஒரு சிலருக்கு அம்பலத்திலாடும் பெருமான் மீதும் பக்தியிருப்பதைப்

போல் கத்தோலிக்கர்களில் சிலருக்குப் புனித அந்தோனியார் மீதும் சிலருக்குத் தேவதாயார் மீதும் பக்தியிருப்பதைக் காணலாம்.

மாதாநல்ல உதவியுண்டு
மாமரியாள் தஞ்சமுண்டு
தஞ்சமற்ற பாவியெனைத்
தள்ளிடாதே வல்லவளே

ooo

மாதாவே அல்லில்லா என்தாயாரே
மனதிரக்கம் அல்லில்லா உள்ளவளே
மோட்சத்து அல்லில்லா இராக்கினியே
மூடிவந்த அல்லில்லா மாந்துகிலே
மாமரியே அல்லில்லா தாய்மரியே
மைந்தரெமை அல்லில்லா ஆதரியும்

ooo

செபமாலை றோசா மாதாவே
சுகந்தாரும் றோசா மாதாவே

ooo

காணிக்கை மாதாவே அயிலெசா
கண்பாரும் மாதாவே அயிலெசா
தாயென்றே நானிருந்தேன் அயிலெசா
தாபரிப்பாள் என்றிருந்தேன் அயிலெசா
எண்ணமுற்றாள் இரக்கமுற்றாள் அயிலெசா
ஏகனுடன் தஞ்சமுற்றாள் அயிலெசா
தஞ்சமற்ற பாவியென்னை அயிலெசா
தள்ளாதே வல்லவனே அயிலெசா
வல்லபரன் கிருபையினால் அயிலெசா
வந்துகரை சேர்ந்தோமே அயிலெசா

ஆகிய அம்பாப் பாடல்கள் தேவதாயாரின்மீது கொண்ட பக்தியினால் எழுந்தவையாகும்.

மாமரியாள் பற்றிய இப்பாடல்களில் முதலாவது பாடல் வரிகள் இறுதிப்பாடலில் மீண்டும் இடம்பெறுகின்றன. இது மீனவர்கள் தம் சுயவிருப்பில் பலவற்றையும் பாடிக்கொள்வார்கள் என்பதையே உணர்த்துகிறது.

இன்னும் யேசுவைக் குறித்து:

கள்ளரிரு அல்லில்லா போர்நடுவில்
கசயடிகள் அல்லில்லா பட்டவரே
சோதனையால் அல்லில்லா ஆறிரண்டு
சீசரையே அல்லில்லா தெரிந்துகொண்டீர்

இங்குச் 'சோதனை' என்ற சொல் யேசுநாதர் தாம் தெரிந்து கொண்ட பன்னிரு சீடர்களில் ஒருவனாலேயே காட்டிக் கொடுக்கப்பட்டார் என்பதையே குறிப்பிடுகிறது.

இந்து மதத்தைச் சேர்ந்தவர் ஒருவரின் பாடல் இது.

வேலாவுன் அல்லில்லா சன்னதிக்குக்
கால்நடயா அல்லில்லா நான்வருவேன்

நான் கால் நடையாக உன் சன்னதிக்கு வருவேன் நீர் எமக்கு அதிக மீன் பிடித்தலைத் தர வேண்டும் என்பதே இப்பாடலின் தொனிப்பாகும். இவ்வாறு மீனவர்கள் தாம் விரும்பிய தெய்வங்களையெல்லாம் தமது வாழ்வின் நலன் களுக்காக வேண்டிக்கொள்வார்கள்.

❖

தொழில் வகைகளும் அதன் பாடுகளும்

பண்டைய மீன்பிடித்தொழில், ஒரு கூட்டுறவு அடிப்படையில் நடைபெற்றது என்பதை 'ஏழ் ஊர் பொது வினைக்கு ஓர்யாத்த உலை" என வரும் குறுந்தொகைப் பாடலால் நாம் அறியலாம். இவ்வாறான கூட்டுறவு முயற்சியே குருநகரில் ஆரம்ப காலத்தில் நடைபெற்று வந்தது என்பதை வாய்மொழிமூலமாக அறியமுடிகிறது. பலபேரின் கூட்டுறவு முயற்சியாக ஒரு குறிப்பிட்ட பங்குப் பணங்களைச் சமமாகப் போட்டு, தொழிலை உருவாக்கி அதன் வருமானம் அதனதன் பங்குக்காரருக்கே சமமாகப் பிரிக்கப்பட்டு வந்தது. ஆயினும் பண பல முள்ள ஒருவன் எவருதவியுமின்றித் தானே தனித் தொழிலை உருவாக்கிய பொழுது, பங்கு கொடுத்துத் தொழிலை உருவாக்கிக்கொள்ள வசதியற்ற ஏழை மீனவர் கள், இத் தொழிலைக் கூலிக்குச் செய்யத் தொடங்கி னார்கள். இதன்படி இத்தொழிலின் வருமானம் மூன்று பகுதிகளாகப் பிரிக்கப்பட்டு இரண்டு பகுதி தொழிலின் உரிமையாளனுக்கும், மிகுதி ஒரு பகுதி தொழிலாளர் களுக்கும் பிரிக்கப்பட்டு வந்தது. நாளாந்த ஊதியத் துடன் 'வார்லவுன்ஸ்' என்ற சிறு மேலதிகப் பணமும் கொடுக்கப்பட்டு வந்தது. இப்பணம் மூன்று பகுதிகளாகப் பிரிக்கப்பட்ட ஒரு பகுதிப் பணத்திலிருந்து எடுக்கப் பட்டுத் தொழிலாளர்களது அனுபவம், திறமை ஆகிய வற்றின் அடிப்படையில் கூடுதலாகவும் குறைவாகவும் சம்மாட்டியின் தீர்மானத்தினடிப்படையில் கொடுக்கப் படும், இத்தீர்மானத்திற்கு மூத்த, அனுபவம் வாய்ந்த தொழிலாளர் சிலரின் ஆலோசனையும் பெறப்படும்.

இக் கரைவலை மிகவும் கடினமானதென ஏற்கெனவே குறிப்பிடப்பட்டுள்ளது. வலையிழுக்கும் பொழுது ஏற்படும் களைப்புக் காரணமாகத் தொழிலாளர்கள் இத்தொழிலின் மீதும், இத்தொழிலில் தாம் போக நேர்ந்ததையும் எண்ணி வருந்துவது இயல்புதான். இப்படிக் களைத்த ஒரு தொழிலாளி யின் குரல்:

சண்டாளன் அல்லில்லா கரவலைக்குச்
சாகவோ அல்லில்லா இங்குவந்தேன்
மாபாவி அல்லில்லா கரவலைக்கு
மாளவோ அல்லில்லா இங்குவந்தேன்
பெற்றாளே அல்லில்லா பாவியென்னை
விட்டாளே அல்லில்லா கரவலைக்கு

தன் பெற்றதாயைக்கூட அவனால் சினக்க முடிகிறது. அப்பொழுது அவனருகில் நின்று வலையிழுக்கும் மற்ற தொழிலாளி அவனைச் சாந்தப்படுத்துகிறார்.

கரவலையும் அல்லில்லா வேலைதான்ரா
கற்றதொரு அல்லில்லா வித்தைதான்ரா
வித்தைநல்ல அல்லில்லா பழக்கித்தாறேன்
வேண்டியமான் அல்லில்லா எய்துதாறேன்

இங்குக் 'கற்றதொரு அல்லில்லா வித்தைதான்ரா' என்ற வரியில் மிகவும் ஆழமான அர்த்தங்கள் புதைந்திருக்கின்றன. எவ்வாறெனின், கரைவலைத் தொழிலை யாரும் எடுத்த எடுப்பில் கற்றுக்கொள்ளமுடியாது. அதைப் பூரணமாகக் கற்றுக்கொள்ளப் பல வருடங்களாகும். ஆரம்ப வேலையான கம்பான்கயிறு வளைப்பதிலிருந்து, அடுக்காகக் கால் போட்டு வலையிழுப்பது பயின்று, 'மேலாவிற்கு'ப் போகும் இறுதி வரைக்குமுள்ள தொழில் நுட்பங்களைக் கற்றுக்கொள்ளப் பல வருடங்கள் எடுப்பது மாத்திரமல்ல, எல்லோராலும் இலகுவில் கற்றுக்கொள்ள முடிந்த காரியமுமல்ல. ஆகவே, இதுவும் ஒரு கற்றுத்தேறும் தொழிலாகும். இனி வித்தை என்ற சொல்லினைப் பார்ப்போம். மனிதர்களின் சராசரி வாழ்க்கையில் செய்கின்ற – பார்க்கின்ற ஒரு செயலில் இருந்து மாறுபட்ட மிகவும் அதிசயமான அல்லது நுட்பமான ஒரு செயலை வித்தையென்று குறிப்பிடுவோம். ஆகவே இங்கு வித்தை என்ற சொல்லிற்குக் கரைவலைத் தொழிலில் அப்படி என்ன அபூர்வம் இருக்கிறது?

கரைவலை வளைக்கும்பொழுது கடலுள் இறக்கப்படும் வலைகளும், அதன் அளவுகளும் அதன் அளிகளுமே மிகமிக முக்கியமாகும். முதலில் இறக்கப்படும் வலை ஈரவலை.

இவற்றின் அளிகள் ஏழுபிணையலும் ஒற்றையுமாகும் (15 அளிகளாகும்). இவற்றின் நீளம் மூன்று முழமாகும் (4½ அடி). இதனையடுத்து ஈலக்கண்ணி இறக்கப்படும். இவற்றின் அளிகள் பத்துப் பிணையலும் ஒற்றையுமாகும் (21 அளிகளாகும்), இதன் நீளம் இரண்டு முழுமாகும் (3 அடி). இதற்கு அடுத்து இறக்கப்படும் நடுவணி பதினைந்து பிணையலும் ஒற்றையுமாகும் (31 அளிகளாகும்). இதன் நீளம் ஒரு முழமாகும் (1½ அடி) இதற்கு அடுத்து இறக்கப்படும் மாலக்கண்ணி இருபத்தெட்டுப் பிணையலாகும் (56 அளிகளாகும்). இதன் நீளம் முக்கால் முழமாகும் (13½ அங்குலம்). இறுதி வலையாகிய மாரிவலை முப்பத்திரண்டு பிணையலாகும் (64 அளிகளாகும்). இதன் நீளம் ஒரு சாண் ஆகும் (9அங்குலம்). இவற்றிலிருந்து மடியை நெருங்கியிருக்கும் வலைகளின், நீளங்களின் அளவுகள் குறைந்தும், அளிகளின் எண்ணிக்கை கூடியிருப்பதையும் அவதானிக்கலாம். இதனால் மடியை நெருங்கியிருக்கும் இவ்வலைகள் நெருக்கமாயிருந்து வலைக்குள் அகப்பட்ட மீன்களை வெளியில் செல்லவிடாமல் பாதுகாக்கிறது. இன்னும் மீன்கள் பிடிப்பதற்கு அவசியமான மடியின் மடவலையிலும் மோவலையிலும் 'பெருங்கக்கயிற்றை'ப் பெருக்கியிருப்பார்கள். இப் பெருங்கக்கயிற்றை மையமாக வைத்து வலப்புறமும், இடப்புறமுமாக, ஒன்றரை முழமும் முக்கால் சாணுமாக அளந்து நூலால் வலிந்து பெருக்கியிருப்பார்கள். இவற்றின் மொத்தநீளம் மூன்று முழமும் ஒன்றரைச் சாணுமாகும். இந்த அளவின் மத்தியிலேயே பெருங் கைக்கயிறு இருக்கும்.

இந்த அளவுகள் சற்றுக் கூடியோ குறைந்தோ இருந்தால் மீன்களை இலகுவாகப் பிடிக்க முடியாது. மேலும் மீன் பிடிக்கும்பொழுது மேலாவிற்குச் செல்லும் மேலாப் பாச்சி கடலினுள் மூழ்கி வலையுள் அகப்பட்ட மீன்களின் அளவுகளைக் குறிப்பெடுத்துவிடுவார் என முன்னர் குறிப்பிடப்பட்டிருக்கிறது. அவ்வாறு குறிப்பெடுத்த மீன்களின் அளவு, மீன்கள் பிடிக்கப்பட்ட பின்னர் குறைவாகவிருந்தால் அதற்குரிய காரணத்தை அவர் சொல்வார். எவ்வாறெனில் வலை வளைக்கும்பொழுது மடி அகலயிருக்கையில் (தொலைவில் இருக்கும்பொழுது) மீன்கள் கழிந்து வெளியேபோனால் மடி சரியாக இல்லையென்றும் மீன்கள் கரையை வந்து போனால் (வலை இழுப்பவர்களுக்குக் கிட்டவந்து கழிந்துபோனால்) படகு சரியாக இல்லையென்றும் சொல்வார். இவ்வாறு ஏற்படும் குறைகளை நிவர்த்திக்க "அந்த மடியை உருவு, இந்த மடியைப் பிதை" என்பார். அவர் கூறுவதன்படி தொழிலாளர்கள் செய்தபின்னர் மேற்சொன்ன குறைகள்

இருக்காது. இவர் குறைகள் உள்ள இடத்தை எவ்வாறு கூறு கிறார் என்றால் இதற்கு இவரின் நீடித்த தொழில் அனுபவமே காரணமாகும். இன்னும் 'நீர்வகைகள்' என்னும் மகா நுணுக்கம் வாய்ந்தவைகளையெல்லாம் நீண்ட தொழிலனுபவம் வாய்ந் தவர்களால்தான் கூறமுடியும் என்பது மாத்திரமல்ல எல்லோ ராலும் இலகுவாகப் புரிந்துகொள்ளவும் முடியாது. இவ்வாறு பல துறைகளிலும் நுணுக்கங்கள் வாய்ந்திருப்பதனால்தான் 'நுண்வலைப் பரதவர்' எனக் குறுந்தொகை கூறுகிறது. இதனையே மொத்தமாக வித்தையெனக் குறிப்பிடுகின்றார்கள். இன்னும் 'வேண்டிய மான் எய்துதாறேன்' என்பது மிகவும் அழகான ஓர் உவமானமாகும்.

வரி வலைப் பரதவர்...
மரன்மேற் கொண்டு மான் கணந்தகைமார்

என்ற நற்றிணைப் பாடலின் வரியில் மீனினை மானிற்கு உவமிப்பதைக் காணலாம். இன்னும் தொழிலின் கடினத்தைக் கேலியாக,

கந்தாவாடா லைலா கரவலைக்கு
காய்ச்சல்வரும் லைலா நான்மாட்டேன்

எனப் பாடுவார்கள். இவர்கள் வலை இழுக்கும்பொழுது பழங்கயிறு என்று சொல்லப்படும் பல பழங்கயிற்று இழை மடிப்பை இடுப்பில் சுற்றி, அதனால் வலையை இறுகக்கோர்த்து நாரியால் இழுக்கும்பொழுது இடுப்பில் வலி எடுப்பது திண்ணம் இதை:

நோகுதடா லைலா சந்துக்குள்ளே
நோக்காடெல்லாம் லைலா பொந்துக்குள்ளே

என்றும்,

காச்சல்நல்ல அல்லில்லா உடன்தடுமல்
கண்குத்து அல்லில்லா நாரிவலி
இடுப்பிலே அல்லில்லா கவுத்தைமாட்டி
இழுக்கிறதும் அல்லில்லா வேலைதான்ரா
வேளைக்கு அல்லில்லா ஊளியனும்
வெந்நீரும் அல்லில்லா தாறானில்லை

என்றும் வரும் பாடல்கள் விபரிக்கின்றன.

இதில் 'வேளைக்கு அல்லில்லா ஊளியனும் வெந்நீரும் அல்லில்லா தாறானில்லை' என்ற பாடலின் வரியைப் பற்றிய விளக்கம் அவசியமாகும்.

கரைவலைகளில் சம்பளக் கரைவலை என்றொரு கரை வலையும் உண்டு. இதற்கும் மற்றைய கரைவலைகளுக்கும் தொழில்முறையில் எவ்வித வேறுபாடும் இல்லை. ஆனால் பங்குப்பணங்களைப் பிரிப்பதில் வித்தியாசம் உண்டு. இச் சம்பளக் கரைவலையில் எவ்வளவுதான் அதிகமான வருவாய் வந்தாலும், அல்லது குறைவான வருமானம் வந்தாலும் ஒவ்வொரு தொழிலாளிக்கும் மாதாமாதம் ஒரு குறிப்பிட்ட சம்பளமே கொடுக்கப்படும். ஒவ்வொருவருக்கும் எவ்வளவு கொடுக்கப்படவேண்டும் என்பது அவரவர் தொழில் திறமை களைப் பொறுத்துத் தொழில் உரிமையாளனால் குறிக்கப்படும். இத்தொழில் முன்புக் குருநகரில் இருந்தபோதிலும் இன்று அது முற்றாக மறைந்துவிட்டது. ஆனால் 'கொக்குளாவா' போன்ற பகுதிகளில் இவ்வாறே நடைபெற்றது. இத்தொழில் செய்பவர்களுக்குத் தொழிலின் உரிமையாளனே தேநீர், சாப்பாடு போன்றவற்றிற்குப் பொறுப்பானவர். காற்று மாற்றங் காரண மாக இடம் பெயர்ந்து, பெயர்ந்து இத்தொழிலைச் செய்வத னால் தொழிலாளர்கள் வீடு சென்றுவர முடியாது. ஆதலால் இப்பொறுப்புக்கள் தொழில் உரிமையாளனையே சார்ந்திருந் தது. இவ்வாறு தொழில் செய்யும்பொழுது தேநீர் கொடுப்பது வழக்கம். வழக்கத்துக்குமாறாகத் தேநீர் வரப் பிந்தியமையால் இவ்வரியைப் பாடியதாகக் கருத இடமுண்டு. அம்பாப் பாட்டின் மூலம்தான் தொழில் கடினத்தை மறந்து, இவர்கள் கரைவலையை இழுத்தெடுக்கிறார்கள் என்பதற்கு அவர்களது ஒரு அம்பாப் பாடலே சான்று பகர்கிறது.

ஏலேலம் லைலா அம்பாப்போட்டு
இழுத்துப்பார் லைலா கரவலையை

இனி வலைவளைக்கும் பாடுகள் சம்பந்தமாக இவர்களது அம்பாக்களைப் பார்ப்போம்.

இவர்கள் இத்தொழிலைச் செய்யும்பொழுது, நினைத்த கடற்பரப்பெல்லாம் வலை வளைக்கமுடியாது. வலை வளைப் பதற்கென்றே சில குறிக்கப்பட்ட பாடுகள் உண்டு. 'புட்டி வெள்ளை', 'ஆழ்வான்', 'ஒழுக்கை', 'தாளையுப் பாடு,' 'குறுங்கரை', 'பெரியவேலி,' 'ஐயங்குடா,' 'இசங்கம்பார்,' 'புணையுறுட்டி,' 'புறவா', 'குடாப்புறவா' என அநேகப் பாடுகள் உண்டு. இப்பாடுகளிலொன்று பள்ளிக்குடாவாகும். இவ்விடத் தின் கரை மிகவும் ஆழமற்றதாக இருக்கும். இதனால் இப் பாட்டை அடக்கி வலை வளைக்கும் மீனவர்கள் வலையை இழுக்கும்பொழுது மிகப் பலமாகச் சரிந்து இழுக்கலாம். எவ்வாறெனில்; இவர்கள் கடலினுள் நின்று வலையிழுக்கும்

பொழுது கடல் நீரின் அளவு இவர்களது மார்பை அண்மித் திருந்தால் இவர்களால் வலையைப் பொறுப்பாக இழுக்க முடியாது. வயிற்றிற்கும் வயிற்றிற்குக் கீழும் கடல்நீர் நின்றால் பலமாகச் சரிந்து இழுக்கலாம். கடல் நீர் ஆழமாக இருந்தால் கடற்கரையின் வெண் மணல்மீது நின்று இழுக்கலாம். பள்ளிக்குடா என்ற இடம் மேற்குறிப்பிட்ட இயல்பை உடையது என்பதை,

பள்ளிக்குடா லைலா பரந்தகரை
பலவந்தமா லைலா சாஞ்சிழுப்போம்
நாச்சிக்குடா லைலா நல்லகரை
காச்சல்வந்தா லைலா காக்காகொத்தும்

என்ற பாடலில் தெரிவிக்கிறார்கள். இதில் பலவந்தமாய் என்ற சொல்லின்மூலம் கடலில் இறக்கிய வலையை மிகவும் சுலபமாக இழுத்தெடுக்கமுடியாது என்பதை நாம் தெளிவாக உணரலாம். நாச்சிக்குடா என்பதும் மீன் பிடிப்பதற்குரிய ஒரு பாடாகும்.

இவர்கள் வலை இழுக்கும்பொழுது தலைவலை வந்த வுடன், மண்டாடி எனப்படுபவர் மீன்கள் வலைக்குள் வருகிறதாவெனப்பார்க்க, மடியைத் தேடி நீந்திச் செல்லும் பொழுது மீன்கள் தொகையாகச் சேர்ந்து சிவப்புக் கட்டி நின்றால் அல்லது கலக்கெறிந்து (கலக்கெறிதல் என்பது, மீன்கள் பெருந்தொகையாகச் சேர்ந்து வலையின் நெருக்கங் காரணமாக அங்குமிங்கும் ஓடும்பொழுது ஏற்படும் கடற் சுழிவால் கடலினடியில் காணப்படும் மணல், கடல் மேலெழுகை யில் கடல்நீர் கலங்கிக் காணப்படுவதாகும்.) காணப்பட்டால், கரையில் நின்று வலையிழுப்பவர்களால் இதனைப் பார்க்க முடியும். மேலாப்பாச்சி எனப்படும் இந்த மண்டாடி மீன்கள் தொகையாக வலைக்குள் அகப்பட்டால் 'வலைக்குள் தொகை யாக மீன்கள் அகப்பட்டிருக்கின்றன, ஆகவே வலையைப் பலமாக இழுங்கள்' என்பதற்கு அறிகுறியாக லாவுவதே வழக்கம். ஆனால் சில வேளைகளில் வலை இழுப்பவர்கள் 'மீன்களின் கலக்கலைக் கண்டிருப்பார்கள்தானே ஏன் லாவு வான்' என நினைத்தும் பேசாமல் வலையைப் பிடித்துக் கொண்டு கிடந்துவிடுவார். இவ்வாறு இவர் லாவாமல் கிடக்கும்பொழுது, வலை இழுப்பவர்கள் தாங்கள் வலைக்குள் பார்த்த மீன்கள் படாத மீன்கள் (இவை வலைக்குள் அகப் பட்டாலும் பிடிபடாமல் வெளியேறிவிடும். ஆரியக் கட்டா போன்றவை இந்த ரகத்தைச் சேர்ந்தவையாகும்) எனச் சலித்து விடுவார்கள். ஆனாலும் அவை என்ன மீன்கள் என அறிய

ஆவலுறுவார்கள். அப்பொழுது, வலைமீது எந்தச் சைகையு மற்றுக் கிடக்கும் மண்டாடிமீது ஆத்திரம் ஆத்திரமாக வருவது இயல்புதானே.

வருகிதடா லைலா ஒருகிளைமீன்
வலைநிறம்ப லைலா கலக்கெறிந்து
மாறுதடா லைலா நம்மபக்கம்
மதிகெட்ட லைலா மண்டாடி

இதைச் சிலர் வேறுவிதமாக,

மாறுதடா கீழ்ப்புறமாய் லைலா கீழ்ப்புறமாய்
மதிகொண்டோன் மண்டாடி லைலா மண்டாடி
மண்டாடி மனங்குளிர லைலா மனங்குளிர
சென்றேறி வாவலையே லைலா வாவலையே
மீனாக ஓடியண்ணே லைலா ஓடியண்ணே
மிதந்து விளையாடயிலே லைலா விளையாடயிலே

எனவும் பாடுவார்கள். சில வேளைகளில் கடலின்மேல் ஒரு திரவப் படர்வினை நாம் காணலாம். இத்திரவப் படர்வினைக் கண்டவுடன் கடலினடியில் மீன்கள் நிற்கின்றன என இவர் கள் அறிந்துவிடுவார்கள். இத்திரவப் படர்வினை இவர்கள் 'மான்பாடு' என அழைக்கிறார்கள். இம்மான்பாட்டை – அது வலை வளைப்பிற்குள் அடங்கக்கூடியது என அறிந்தால் அதனைச் சுற்றி வலையால் மறித்து மீன்பிடிப்பது வழக்கம். இன்னும் 'நகரை' என்று சொல்லப்படும் ஒருவகைச் சிறிய மீன்கள் கரை வலைக்குத் தொகையாகப் பிடிபடாத போதிலும், பனை ஓலைகளை அடுக்கடுக்காக வலையுடன் இணைத்து வலையிழுக்கும்பொழுது, இந்த ஓலைகள் கடலினுள் உண்டாக் கும் ஓசையால் இந்நகரை மீன்கள் பயந்து மடியைத் தேடி ஓடிவிடும். இதனால் இம் மீன்கள் 'ஓலைவலைக்கு' அதிக மாகப் பிடிபடும். இன்னும் கடலினுள் உள்ள பலவகையான தாவரங்களுள் 'வாட்டாளை'யும் ஒன்று. இவ்வாட்டாளை வலை இழுபடும்பொழுது வலைக்கண்களை அடைத்துவிடும். இவற்றையெல்லாம்,

மான்பாட்டு லைலா நேரமண்ணே
மறியுங்கடா லைலா வலையதினால்
ஓலைக்கு லைலா ஓதுங்குமடா
ஒருகந்தா லைலா நகரயடா
வாட்டாளை லைலா கொண்டல்லோ
வலைகளெலாம் லைலா நெகிழுதில்லை

எனப் பாடுவார்கள். இங்கு ஒரு கந்தா என்பது ஒரு குறிக்கப் பட்ட மீன்களின் அளவாகும். இவர்கள் வலை இழுக்கும்

பொழுது முன்பு பிடிபட்ட மீன்களை நினைத்து ஏக்கமாகப் பாடுவார்கள்.

போனவருசமண்ணே
பொரி கெழுறு பட்டவலை
இந்த வருச மண்ணே
இளம் பாரை பட்டவலை

இன்னும் பாலைதீவு என்ற இடத்தில் ‘வழுவாடி’ என்று சொல்லப்படும் ஒருவகைத் திருக்கை அதிகமாகப் பிடிபடும்.

பட்டதடா லைலா வழுவாடி
பாலதீவு லைலா பாடாகத்தான்

மேலும்,

ஏத்தி வளையு மண்ணே
இலந்த யடிப் பாடாக
பாத்து வளையு மண்ணே
பாலதீவுப் பாடாக

இப்பாலைதீவு ஆழ்கடலின் மத்தியில் அமைந்திருப்பதனால் இங்கு அதிகமாக மீன்கள் பிடிபடுவதுண்டு. ஆனால் புனித அந்தோனியார் தங்களது வேண்டுதலின்பேரிலேயே அதிக மீன்கள் பிடிபடச் செய்கிறார் என்பது இவர்கள் நம்பிக்கை. ஆனால் சிலவேளைகளில் எதிர்மாறான நீர் வகைகளினால் வலை இழுபடுவது மிகவும் கடினமாகிவிடும். அப்பொழுது அப்பாட்டை வலை வளைக்கச் சொன்னவரையே கேலி செய்வார்கள்.

ஆழிகடல் மீனையெல்லாம்
அழைத்திடுவார் அந்தோனி
அந்தோனி வளைச்சவலை
செண்டாலும் குறுகுதில்லை

இதில் இரண்டாவது வரியில் வரும் அந்தோனி புனித அந்தோனியாரைக் குறிக்கும். மூன்றாவது வரியில் வரும் அந்தோனி அந்தப்பாட்டை வளைக்கச் சொன்னவரின் பெயராகும். இங்குச் செண்டாலும் குறுகுதில்லை என்பது தலைவலை வந்தவுடன் மண்டாடி மடிபார்க்கப் போய்விடுவார் என முன்பு கூறியதையே குறிக்கிறது.

வலை வளைக்கும்பொழுது கடலினுள் கற்பாறைகள் ஏதும் படர்ந்திருந்தால் அக்கல்லில் கடலலைகள் வந்துமோதும் பொழுது வெண்நுரைகள் எழும். கடலினுள் மீன்கள் இரைந்தாலும் இவ்வாறு இவ்வெண்நுரைகள் எழும்.

கல்லோடு லைலா கல்லிரைய
கடலோடு லைலா மீனிரைய
நான்கேட்ட லைலா மண்டாட்டம்
நாலுசுத்து லைலா மீன்படவே

'நாலு சுத்து லைலா மீன்படவே' என்பது மீன்கள் பிடிக்கப் பயன்படும் மடியை ஒவ்வொரு சுற்றாக (ஒரு சுற்று என்பது குறிக்கப்பட்ட நீள அகலங்களைக் கொண்ட வலையாகும்) பிதைந்து மடியாக்குவதைக் குறிக்கிறது. மீன் பிடிக்கும்பொழுது நாளொன்றிற்கு ஓரிரு சுற்றுமாலுக்கே மீன்கள் பிடிபடுவது வழக்கம். இங்கு இவர் அதிக உழைப்பைப் பெறவேண்டும் என்ற ஆவலினாலேயே நாலுசுற்று மீன் படவேண்டும் என வேண்டினார்.

ஒவ்வொரு மீனவருக்கும் தாம் அதிக உழைப்பை – ஊதியத்தைப் பெறவேண்டும் என்ற ஆவல் நிரம்பவே இருக்கும். இவர்கள் ஒரு பாட்டை வலைவளைக்க மிகவும் நம்பிக்கை யுடனேயே அதைத் தேர்வு செய்வார்கள். ஆனால், அப்பாட் டில் எதிர்பார்த்த வகையில் மீன்கள் பிடிபடாமலும் போவ துண்டு. பின்னர், அடுத்த பாடு வளைக்கும்பொழுது முதல் பாடு சொன்னவரையும் அவருக்குப் பக்கத்துணையாக ஒப்புக் கொண்டவரையும் கேலி செய்து பாடுவார்கள்.

சொன்னவன்பாடு வளைக்க
சொன்னானாம் சுப்பிறிந்தன்
போதாக் குறைக்கதற்குப்
பொன்னரும் வந்தேராம்

இங்கு, 'சொன்னவன் பாடு' என்பது பாட்டின் பெய ராகும். சுப்பிறிந்தன் என்பது அப்பாட்டை வளைக்கச் சொன்னவரின் பட்டப் பெயராகும். அவருக்குத் துணையாக ஒப்புக்கொண்டவரே பொன்னராகும்.

இவர்கள் தொழில் செய்யும்பொழுது, சில மீன்கள் மடியைப் பிய்ப்பதுமுண்டு அவற்றில் 'கொடுவா' எனப்படுவதும் ஒன்று. 'பேத்தை' எனப்படும் மற்றொரு வகை மீன் மடிநூலை நறுக்கும் வல்லமை படைத்தது. இப் பேத்தை பிடிபட்ட சில நேரங்களின் பின்னர் வயிறு ஊதிப் பெருத்து விடும். இதனை இவர்கள் பிடித்ததும் எறிந்து விடுவார்கள்.

வலைய பிக்குது கொடுவா
வயிறு பெருத்தது பேத்தை

எனப் பாடுவார்கள். இவர்கள் வலை இழுக்கும்பொழுது சில வேளைகளில் அருகில் யாராவது 'வீச்சுவலை'காரர்

வலை வீசுவார்கள். அவ்வாறான சந்தர்ப்பங்களில் வலை இழுப்பவர்கள் அவருடன் கதைப்பது இயல்பு. அவ்வாறான ஒரு பாடல் இது.

அண்ணே வலைக்காரா
ஆத்திலே மீன்பாயுதடா
பாச்சலட பண்ணைக்காரா
பாக்குக்கொட்ட விலையென்ன

இவர்கள் மீன்பிடித்து முடிந்தபின்னர் பாய் இழுத்து ஓடும்பொழுது, காற்றுப்பட்டுப் பாய் பொறுப்பாக இருக்கும். இவ்வாறு பாய் இழுக்கும்பொழுது பாய் காற்றின் அமுக்கத் தால் படகைக் கெழியவைக்கும். இவ்வாறான கெழிவிற்கு எதிராகவும், 'பாய்மரத்திற்குப்' பொறுப்பாகவும் பலமான கயிற்றை இறுக்கிக் கட்டுவார்கள். இது மிகவும் கவனமாகச் செய்யப்பட வேண்டிய செயலாகும். இது சரியான முறையில் கட்டப்படாவிட்டால் பாய்மரம் சரிந்து கடலில் மூழ்க நேரிடும். இதனால் இவர்கள் பாய் இழுக்கும்பொழுது வேகமாக இழுப் பதற்காகப் பின்வரும் பாடலை ஒரு புதுவித வேகம் தொனிக்கப் பாடுவார்கள்.

பூட்டடா பருமலுப் பாயை
பொற சிரசிலே பொறுக்க
நாட்டடா பாய் மரத்தை
நாலு பண்ணில பொறுக்க

இவர்கள் தொழில் சரியில்லாதபோது, அதாவது மீன்பிடி திருப்தியில்லாதபோது, படகைக் கரையை நோக்கி இழுப் பதற்கும், இழுத்த படகைக் கடலினுள் தள்ளுவதற்கும் ஒரு புதுவகையான இராகமுடைய அம்பாக்கள் உண்டு. இவை பண்டைய நாட்டுக் கூத்துக்களில் வரும் 'கல்வெட்டுக்களின்' இராகத்தை ஒத்திருக்கும். இந்த அம்பாக்களின் பாடலை ஒருவர் பாடத்தொடங்கி, அப்பாடலின் கடைசி அடியைப் பாடிமுடிக்கும்பொழுது மற்றவர்கள் எல்லோரும் ஒருமித்து "ஓ!" எனப் பலத்த சத்தத்துடன் படகைத் தள்ளவோ, இழுக்கவோ செய்வார்கள். அவ்வாறான பாடல்கள் இவை:

மண்டலம் புழுதியெழும்ப
வவனியார் மாடுசாய்க்க
கண்டவன் கைப்பிடிக்க
கணவதி காப்புத்தர
பொண்டுகள் ஆணம்காச்ச
புருஷன்மார் உப்புப்பாக்க

○○○

ஆரரசு கொழும்பரசு
ஆளவந்த பேரரசு
பேராத்து வெள்ளமடா
பெருங்கடல்போல் முழங்குதடா

○○○

இடியிடிக்க மழைபொழிய
இருகரையும் பெருகிவர
பெருகுதடா ராசவெள்ளம்
பெருங்கடல்போல் முழங்குதடா

○○○

ஓவல கரவலை பெண்ணே
ஓடியல்லோ வரச் சொன்னேன்
அத்தி மரத்தில தொத்தி
அம்பட்டன் கையிலே கத்தி
காத்தடி கொம்பு கலங்க
கழுத்தில மஞ்சள் துலங்க

○○○

மழை வருகிது
மண்டலம் போடுது
வேலன் பொண்டிலை
வெள்ளம் கொண்டோடுது
“அப்பா”, “சுப்பா” எட்டிப்பிடி

❖

காதல் உணர்வுகள்

உலகில் எத்தனையோ அற்புதமான அமர காவியங்களையும், விம்மல்களையும் ஏக்கப் பெருமூச்சுக் களையும் உருவாக்கிய காதல் இம் மீனவர்கள் வாழ் விலும் நெரித்த திரை கடலிலும், நீல விசும்பினிடையும், திரித்த நுரையினிடையும், சின்ன குமிழிகளிடையும் துளிர்த்துப் பரவசப்படுத்தியும், துயர்ப்படுத்தியும் வந்துள்ளது.

பொதுவாக ஆண்கள் தமது வீரத்தைப் பெண்கள் முன்னிலையில்தான் காட்டப் பிரியப்படுவார்கள். மாபெரும் ஆற்றல் வாய்ந்த இராவணன் அசோக வனத்தி லிருந்த சீதா தேவியிடம்,

தேவர் தேவியர் சேவடி கைதொழும்
தாவின் மூவுல கின்றனி நாயகம்
மேவுகின்ற . . .

தன் பெருமையைக் கூறுகிறான். பாரதிதாசனோ!

கண்ணின் கடைப்பார்வை
காதலியர் காட்டிவிட்டால்
மண்ணில் குமரர்க்கு
மாமலையும் ஓர்கடுகாம்

என்கிறார். இம்மீனவர்கள் அலைகடலை ஆளுகின்ற போது, இவர்களின் நெஞ்சில் தோன்றும் காதல் அலை களைப் பார்க்கலாமா?

வேளாக் கடலில்
விளமீன் பிடிப்பேன்

வீட்டில வந்தா
விளக்கெண்ணெய் எரிப்பாள்
சாய்வாள் சரிவாள்
சந்தணம் தருவாள்

○○○

நானெடுப்பன் பருமரக்கோல்
அவளிருப்பாள் கும்பனிலே
கும்பத்து அழகியவள்
குணமான செல்லியவள்

இங்குப் பருமரக்கோல் என்பது பாய் மரத்துடன் பாயைப் பிணைந்திருக்கும் பாரிய மரக்கோலாகும். படகைத் தாங்கும் பொழுது சாதாரண மரக்கோல்கள்மூலம் தாங்குவதே வழக்கம். இங்கு அவன் பருமரக்கோலால் தாங்கமுனைவதும், முதல் பாடலில் வரும் வேளாக் கடலில் விளமீன் பிடிக்க முனை வதும், மண்ணில் குமரர்க்கு மாமலையும் ஓர் கடுகான உணர்வு நிலையாகும்.

எப்புலவனாவது கவிஞனாவது பெண்களைப்பற்றி வருணிக்கும்பொழுது, அவர்களது அழகிய மார்பகங்களைக் குறிப்பிடாமலும், அதற்கு உவமை கூறாமலும் சென்றதுண்டா? இல்லையென்றே சொல்லலாம்.

பாகியல் பவளச் செவ்வாய்
பனைமுலைப் பரவை அல்குல்

○○○

கொங்கையை நிகர்த்தன
கனகக் கும்பமே

எனக் கம்பரும்,

செருவிள நீர்பட வெம்முலைச்
செவ்விள நீர்படு சேயரிக்...

எனச் சயங்கொண்டாரும் கூறுவதிலிருந்தும்,

மங்கையர் முலை குலுங்கினால்
மாரன் முடி கலங்குமே

என ஒரு பழம் பாடலாலும் இதனை நாம் அறியலாம். இவ்வாறு மங்கையர் முலை குலுங்கும்பொழுது, காதல் தெய்வமான மாரன் முடியே கலங்கும்பொழுது சாதாரண மானிடர் நிலை என்னவாகும்? இங்கு ஒரு பாடல்:

ஏலம்மா இளமறவா
இளநீரடா குரும்பமுலை

குரும்பமுலை அரும்புமுன்னே
கூறிவந்தாள் நேரினிலே

ஒரு அழகிய காட்சி. காதலன் தன் காதலியைச் சந்தித்துக் காதலுறவாடுகிறான். உறவாடிய காதல் வேகத்தில் அவனது கை அவளது மார்பில் பட்டுவிடுகிறது. யாராவது பார்த்து விடப்போகிறார்களே எனப் பிணங்கித் தமையன், மாமன் யாராவது வந்தால் எனத் தடுக்கிறாள். காதலனுக்கு உடனே ரோஷம். அண்ணனுக்கும் மாமனுக்கும் தான் பயந்தவனல்ல எனக் காட்ட முனைகிறான். இந்நினைப்பில் பாடுகிறான்.

மருகணைய குழல்சரிய
மகுடகும்பம் தனமசைய
தனத்தைத் தொட்டா உனக்கென்னடி
தமயன் கண்டா வரச்சொல்லடி
மார்பைத் தொட்டா உனக்கென்னடி
மாமன் கண்டா வரச்சொல்லடி

மீன்பிடிக்கச் செல்லும்பொழுதும், சென்று மீளும் போதும் தற்செயலாக மழை வந்துவிட்டால் 'கூறைப்பாய்' என்று சொல்லப்படும் ஒரு பாயால் தம்மை மூடிக்கொள்வது வழக்கம். இங்கு வலை இழுத்துக்கொண்டிருக்கும்பொழுது மழை வந்துவிட்டது போலிருக்கிறது. அந்நினைப்பில் ஒருவர் பாடுகிறார்.

கொண்டலிலே லைலா மழைகறுக்க
கொண்டுவாடி லைலா கூறப்பாயை

இங்குக் 'கொண்டல்' என்பது வடகிழக்கு திசையையே குறிக்கும். இப்பாடலைச் சிலர்,

கொண்டலிலே லைலா மழைகறுக்க
குமரிமுலை லைலா தழதழக்க

என்றும் பாடுவார்கள்.

ஏறுமென்று அல்லில்லா சொன்னவுடன்
ஏந்திளையாள் அல்லில்லா கண்சிவந்தாள்
கண்ணைக்கண்ணை அல்லில்லா காட்டுறாளே
காமரதம் அல்லில்லா மூட்டுறாளே

இதில் 'ஏறுமென்று அல்லில்லா சொன்னவுடன் ஏந்திளையாள் அல்லில்லா கண் சிவந்தாள்' என்ற வரிபற்றிப் பார்க்கலாம்: இங்குள்ள மக்கள் பாலைதீவு, சிறுதீவு, கச்சத் தீவு ஆகிய இடங்களிலுள்ள ஆலயங்களுக்குக் கடல்மார்க்க மாகச் சென்று வழிபடுவது வழக்கம். இப்படியான பயணங் களின் போது பெண்கள் படகில், போட்டில் (Boat) ஏறுவதற்குப்

பயந்துகொண்டு நிற்பார்கள். அவ்வேளை படகைச் செலுத்த நிற்கும் வாலிபர்களுக்கு இவர்களது தயக்க நிலை மகிழ்ச்சியை யும் உற்சாகத்தையும் ஏற்படுத்தும். அப்பொழுது அவர்களைப் படகில் ஏற உற்சாகப்படுத்தும்முகமாக "ஏறுங்க, ஏறுங்க" என்று கூற, இவர்களும் நாணிக் கண் சிவந்து படகில் ஏறி விடுவார்கள். சில வேளைகளில் பெண்களின் கையைப் பிடித்தும் இறக்கி விடுவார்கள். இதன் பின்னர் படகுப் பயணம் மகிழ்ச்சியாக இருந்திருக்கும் என்பதைக் கூறவும் வேண்டுமா? அவ்வாறான காதலுணர்வின் உந்தலே மேற் குறிப்பிட்ட பாடலாகும்.

ஒவ்வொருவரும் தம்தம் தொழில் முறையோடு ஒத்த பொருட்களை அல்லது செயலை எதற்கும் உவமிப்பது வழக்கம். அவ்வாறான பாடல்கள் இவை:

பூப்பூவடி
புளியம் பூவடி
பொன்னம்மா கொண்டையில்
தாழம் பூவடி

OOO

போட்டாளே லைலா மாலையொண்டு
வாட்டாளம் லைலா பூத்தொடுத்து
காட்டிலோ லைலா மெத்தையுண்டு
கால்பிடிக்க லைலா தாதியுண்டு

'வாட்டாளம் பூ' என்பது கடலினுள் முளைத்திருக்கும் வாட்டாளை எனப்படும் தாவரத்தின் பூவாகும்

இனி, காதலில் ஏற்பட்ட தோல்வியால் மனமுடைந்த சில பாடல்கள்:

சொன்னாலும் அல்லில்லா கேக்குதில்லை
சோறுபோட்டா அல்லில்லா திங்குதில்லை
உண்ணச்சோறு அல்லில்லா இல்லையடி
உடுக்கவோ அல்லில்லா உடையுமில்லை
நெஞ்சிலோ அல்லில்லா வைத்தேனுன்னை
நிலத்திலே அல்லில்லா கிடக்கவிட்டேன்.

OOO

வருவாள் நல்ல அல்லில்லா வருவாளெண்டு
வழிகாத்து அல்லில்லா நானிருந்தேன்
நடக்கநல்ல அல்லில்லா முடியுதில்லை
நாயகியே அல்லில்லா பழக்கமில்லை

OOO

வாறனெண்டு அல்லில்லா சொன்னாயேடி
வருவேனெண்டு அல்லில்லா வார்த்தை சொன்னாய்
சொன்னசொல்லை அல்லில்லா தட்டாதேடி
சுகமுனக்கு அல்லில்லா கிட்டாதடி
தேடிய அல்லில்லா காலமெல்லாம்
தேன்மொழியே அல்லில்லா எங்குப்போனாய்
எங்கிருந்து அல்லில்லா எங்குப்போனாய்

ooo

ஈச்சம் பழம்போல
இடைசிறுத்த பொண்ணுக்கு
நாவல் பழம்போல
நான்கறுவல் ஆகாதோ

இனி வேறுரகக் காதற் பாடல்களைப் பார்ப்போம்.

உனக்கோ உடைகுலைப்பேன்
அந்தணர்க்கோ பொன்னிடுவேன்
பெண்ணிருந்த நாட்டினிலே
பிழைவரும்தான் பேதையரே
பேதைதான் சுமப்பாளோ
பெண்பேதை தாங்குவாளோ

ooo

காப்புநல்ல அல்லில்லா கலகலன்ன
கைவளையல் அல்லில்லா சோதிமின்ன
செப்பிலையோ அல்லில்லா சிலையெழுதி
சிலைதனிலே அல்லில்லா வடிவெழுதி
எழுதினவன் அல்லில்லா கண்கெடுவான்
எழுத்தாணி அல்லில்லா கூர்முறிவான்
ஆனையொண்டு அல்லில்லா நான்தருவேன்
அதுசுமக்கும் அல்லில்லா பொன்தருவேன்
பொன்னான அல்லில்லா மேனியெல்லாம்
புண்ணாக அல்லில்லா நோகுதடி
பொந்துக்குள்ளே அல்லில்லா பூந்தஎலி
பூனைகண்டா அல்லில்லா இனிவிடுமா
பேயோநல்ல அல்லில்லா பிடித்ததுன்னை
விறுமனோ அல்லில்லா ஆட்டுதுன்னை
ஆட்டட்டோ அல்லில்லா பாம்பாயுன்னை
அழைக்கட்டோ அல்லில்லா மந்திரத்தை
மந்திரம்தான் அல்லில்லா கற்றநீலி
மாய்மால அல்லில்லா ஓ! காறி

இப்பாடல்களில் பண்டைய அரசுரிமைக் காலங்களில் இருந்துவந்த வழக்கமுறைகள் தொனிப்பதைக் காணலாம்.

யானை கொடுப்பதும், அது சுமக்கும் பொன் கொடுப்பதும், அந்தணர்க்குப் பொன் தருவதும் அவ்வகையாகும். மேலும், பேயோ பிடித்ததுன்னை விறுமனோ ஆட்டுதுன்னை என்பதன் மூலம் காரணம் கூறமுடியாத காரியத்தால் பிரிவு ஏற்பட்டிருக்கிறது என அறியலாம். ஏனெனில், திடீரென மனம் மாறியவர்களைப் பார்த்துப் "பேயா பிடிச்சது" அல்லது "விறுமனா ஆட்டுது" என்று இன்றும் கேட்பது வழக்கம். "அழைக்கட்டோ மந்திரத்தை" என்பதன் மூலம் மனம் மாறுவதற்கு மந்திரங்களின் துணையை நாடியுள்ளார்கள் எனவும், இன்றும் அதன் எச்சசொச்சங்கள் மீந்திருப்பதையும் காணலாம்.

இனிச் சிறு வன்மம் கலந்த சில காதல் பாடல்களைப் பார்ப்போம்.

என்னஎன்ன றோசா பாக்கிறது
எட்டுப்பணம் றோசா கேக்கிறது
வேசைபொண்ணே றோசா காசத்தாடி
வேணுமெண்டா றோசா பாயைப்போடு

இங்கு 'எட்டுப் பணம்' என்பது கிட்டத்தட்ட ஐம்பது சதத்தைக் குறிப்பதாகும். ஏனெனில் ஒரு பணம் ஆறு சதமாகும்.

பட்டணத்தார் அல்லில்லா பெற்றகுட்டி
பணம்பறிக்க அல்லில்லா வல்லதடி
வல்லவன்ரி அல்லில்லா நானுனக்கு
மாட்டுவேன்ரி அல்லில்லா மாலைரதம்
மாலையேன்ரி அல்லில்லா உனக்குப்பெண்ணே
வேலைசெய்தா அல்லில்லா கூலிதான்ரி

○○○

றோட்டோரம் அல்லில்லா வீட்டுக்காரி
றோசாப்பூ அல்லில்லா சேலைக்காரி
அண்டைக்கு அல்லில்லா சண்டையிலே
அடிச்சிற்றேன் அல்லில்லா மண்டையிலே
மண்டைக்கு அல்லில்லா கோடாலியே
மார்புக்கு அல்லில்லா இரும்புலக்கை
அம்மிநல்ல அல்லில்லா அரைநிறமாம்
அரச்சமஞ்சள் அல்லில்லா பொன்னிறமாம்

○○○

புதுமைமாதா கோவிலுக்குப்
புள்ளைகள்போற போக்கைப்பார்
புளியடியிலே நிண்டுபார்
பொண்டுகள்படும் பாட்டைப்பார்

கண்ணடிக்கிற அடியைப்பார்
கால்நடக்கிற நடையைப்பார்

❍❍❍

அண்ணன்தம்பி அஞ்சுபேராம்
அஞ்சுபேராய் வருகயிலே
அருகவாறாள் எனக்கழகி
மூண்டுபேராய் வருகயிலே
முன்னவாறாள் எனக்கழகி
பின்னவாறாள் உனக்கழகி

❍❍❍

தண்டை வலி
தடியை வலி
தண்டுகாரன்
மகளை வளை

❍❍❍

அவளையுமாம் துவளையுமாம்
அவளரச்ச மஞ்சளுமாம்
மஞ்சளிஞ்சி மாதுளையாம்
மல்லிரசம் தாமரையாம்
தாமரையாள் வாறாளெண்டு
தனக்கேற்ற பொய்கையிலே
பொய்கைசுற்றிப் போட்டதுண்டு
போய் அமரும் வேளையுண்டு

❍❍❍

அந்தாவாறாள் சிந்தாமணி
அவளிருக்கும் நந்தாவனம்
நந்தாநல்ல வனமடியே
நாலுசுத்தும் காடடியே
காட்டுக்குள்ளே நானிருப்பேன்
காட்டெருமைப் பால்குடிப்பேன்
பாலும்நல்லா புளிக்குதென்பேன்
பழையமணம் கொள்ளுதென்பேன்

❖

வசை பாடல்

மனித வாழ்வில் சுவாசிப்பது எவ்வளவு இயல்பான காரியமோ, அவ்வாறே வசை பாடலும் இயல்பானதே. இவ்வகையில், கரைவலையின் வசை பாடல் அம்பாக்களைப் பார்ப்போம்.

ஊறாத்துறையிலே வண்ணான்
உப்புக்கும்புளிக்கும் வருவான்
தட்டொண்டு தட்டினா விழுவான்

ooo

நெடுந்தீவாளாம் மேரி
நெடுநாள்பட்டவோர் தாசி
ஊரார்தனையே ஏசி
உழைப்பாளேகை வீசி
பாத்தாலும் பரதேசி
பகல்வடிவில் மகராசி

ooo

மண்டதீவுப் பொண்டுகளா
மானமில்லை உங்களுக்கு

ooo

பாதி உலமடிக்குப்
பகட்டுகிறான் பாசோரான்
ஓட்டை உலமடிக்கு
உசத்துகிறான் பாசோரான்

இங்கு ‘உலமடி’ என்பது உலைமூடி என்பதன் திரிபாகும்.

காரதீவான் தோணியில்
கல்லேத்தக் கூடாது
பாசோரான் தோணியில
பாசியேத்தக் கூடாது.

ooo

தாயறிவாள் பிள்ளைக்குணம்
தயவறிந்து பால்கொடுப்பாள்
பாலும்கொடாள் அண்ணன்தேவி
படிகள்செய்வாள் சண்டாளி

ooo

கட்டை வெட்டிச் சுட்டாலும்
கள்ளி நெஞ்சு வேகுதில்லை
வெட்டி வெட்டிச் சுட்டாலும்
வேசை நெஞ்சு வேகுதில்லை

ooo

சிங்களத்தி சிவத்தபொண்ணே
தேங்காயெண்ணெய் மணமென்ன

இவ்வாறான வசைபாடல்களை, பலவித நோக்கில் – பலவித தொனிகளில் பாடினார்கள்.

❖

கதம்பம்

இதுவரை நாம் பார்த்த அம்பாப் பாடல்களெல் லாம் பொருள்சார்ந்த வகையில் பிரிக்கப்பட்டு, அவை யவற்றிற்குரிய விளக்கங்கள் கொடுக்கப்பட்டன. ஆனால் இத்தொழிலைச் செய்யும்பொழுது நாம் முன்னர் பார்த்தது போல், துண்டுதுண்டாக எந்தத் தொழிலாளியும் பாட மாட்டான். வலை வளைத்து மீன்கள் பிடிக்கும்வரை இந்த அம்பாப் பாக்களில் பலவற்றைத் தமது சுயவிச்சாப் போக்கிற்கு தொடர்ச்சியாகப் பாடுவார்கள். இதற்கு உதாரணமாகப் பின்வரும் பாடலை நாம் அவதானிக்க லாம். இது ஞானசவுந்தரியைக் கையை வெட்டிக் காட்டில் விட்டதை ஞாபகப்படுத்தி, ஒவ்வொரு பாடலின் இறுதி அடியிலும் 'கை எங்கே ஞானசவுந்தரி' என வருகின்றது.

ஏலம்மா ஏலேதண்டு கைஎங்கே ஞானசவுந்தரி
ஓவலம்மா ஏலேதண்டு கைஎங்கே ஞானசவுந்தரி
வருகுதடா கப்பலொண்டு கைஎங்கே ஞானசவுந்தரி
வாழக்காய்ப் பாரமேத்தி கைஎங்கே ஞானசவுந்தரி
ஐயோமச்சான் கையைவிடு கைஎங்கே ஞானசவுந்தரி
ஆச்சிகண்டா அடிக்கப்போறா கைஎங்கே
ஞானசவுந்தரி
எடுக்கிறேன்பார் கத்தியொண்டு கைஎங்கே
ஞானசவுந்தரி
குத்திறேன்பார் நெஞ்சினிலே கைஎங்கே ஞானசவுந்தரி
அண்ணேவா திண்ணயிலே கைஎங்கே ஞானசவுந்தரி
அரசன்வா மூலையிலே கைஎங்கே ஞானசவுந்தரி
கள்ளனடா யாக்கோப்பன் கைஎங்கே ஞானசவுந்தரி
கதவருகே நிக்கிறான்ரா கைஎங்கே ஞானசவுந்தரி
நிலவு படுந்தனையும் கைஎங்கே ஞானசவுந்தரி
நின்றாரடி வாசலிலே கைஎங்கே ஞானசவுந்தரி
இழுக்கிறேன்பார் என்ரபக்க கைஎங்கே ஞானசவுந்தரி
எடுக்கிறேன்பார் ரண்டுசோடா கைஎங்கே
ஞானசவுந்தரி

இன்னும் சில பாடல்கள் சில காவிய நாயகர்கள் நாயகிகளின் பெயர்களை வைத்துப் பாடப்பட்டுள்ளன. ஆனால் இந்த அம்பாக்களுக்கும் இதில்வரும் பெயர்களுக்கும், எவ்விதச் சம்பந்தமும் இருப்பதாகத் தெரியவில்லை. ஆனால் அவைகள் பாடல்களுடன் சேர்ந்து ஒத்திசையாக வருகிறது.

கட்டும்பட்டேன் அடியும்பட்டேன்
கள்ளனெண்ட பேரும்கேட்டேன்
பேராலே பெரியவன்றி
பேருலகில் உள்ளவன்றி
உள்ளதொரு பிள்ளையும்தான்
உலகாளாக் கோவலனாம்
கோவலனும் மாதவியும்
குடுகையிலே சோறுதிண்டு
சோறுதிண்டு கைகழுவ
சோதிவெள்ளி போய்மறைய
போகட்டா தாயாரே
போய்வரட்டா கப்பலிலே
கப்பலிலே ஓப்பமுண்டு
கடதாசி மையுமுண்டு

இப் பாடலின் இறுதியில்வரும் வரிகளைச் சிலர் இப்படியும் பாடுவார்கள்.

போகட்டா தாயாரே
போய்வரட்டா கப்பலிலே
கப்பலிலே அப்பமுண்டு
கடதாசி சிப்பமுண்டு

ooo

சீனம்கண்டேன் நகரம்கண்டேன்
சித்திரப்பூ மேடைகண்டேன்
ஞானமுள்ள பேரைச்சொல்லி
நதிகளெல்லாம் வணங்கக்கண்டேன்
வணங்கநல்ல பெரியகோனோ
மாவிலங்கை வேந்தனுமோ
வாசலுக்கு மந்திரியோ
மந்திரியும் மார்த்தாண்டனோ

ooo

மாடெண்டா அல்லில்லா மாட்டைப்பாரு
மயிலெண்டா அல்லில்லா ஓட்டிப்பாரு
சொல்லக்கேள் அல்லில்லா மெல்லஉரை
சேமகுல அல்லில்லா பாண்டியரை
பாண்டியெண்டா அல்லில்லா பல்லுடைப்பன்
பறஞ்சியெண்டா அல்லில்லா நாக்கறுப்பன்

நாக்குடனே அல்லில்லா மூக்கரிந்து
நாய்க்கிரையாய் அல்லில்லா ஆக்கிடுவேன்
ஆக்கினது அல்லில்லா பெண்ணல்லோடா
அடுப்பங்கரை அல்லில்லா மண்ணல்லோடா
ஏழுபிள்ளை அல்லில்லா நல்லதங்காள்
இங்குவர அல்லில்லா கண்டதுண்டோ
ஏறுபொழுது அல்லில்லா ஆகுதடி
சோறுவர அல்லில்லா காணேனடி
திண்டதெல்லாம் அல்லில்லா போதுமடி
செப்பமுடன் அல்லில்லா தண்ணிகொண்டா
மக்களையே அல்லில்லா பெற்றவளே
மனதிரக்கம் அல்லில்லா தீர்த்தவளே
மாறாத அல்லில்லா நோயைத்தந்து
மன்னவனை அல்லில்லா போகவிட்டு
தீராத அல்லில்லா நோயைத்தந்து
திரும்பியெனை அல்லில்லா போகவிட்டு
விட்டுவிட்டு அல்லில்லா வீட்டபோடா
வெக்கங்கெட்ட அல்லில்லா சலங்கைக்காரா

இங்கு 'ஏறுபொழுது' என்பது, காலையிலிருந்து நண்பகல் பன்னிரண்டு மணி வரையுமாகும். அதற்குப் பிற்பட்ட நேரங்களை 'இறங்குபொழுது' என்பார்கள்.

மாங்காய்க்கு அல்லில்லா எறிந்தகல்லு
மாமரத்தே அல்லில்லா பட்டதென்ன
பையன்கையில் அல்லில்லா வாளிருக்கு
வாளாலே அல்லில்லா அரக்கன்பட்டான்
வல்லரக்கன் அல்லில்லா சீனன்மாண்டான்
ஆண்டசிறை அல்லில்லா மீண்டகந்தா
அரசகுலம் அல்லில்லா அழித்தோமய்யா

சில பாடல்களில், ஒருவிதக் கதைப்போக்குத் தொனிப்பதை அவதானிக்கலாம். ஆனால், அவை எவையென்று தெளிவாகாமல் கட்டுக் கோப்பற்றிருக்கிறது.

தேனும்நல்ல அல்லில்லா தினைமாவும்
தின்பீரோ அல்லில்லா பண்டாச்சாமி
சாமியோடு அல்லில்லா நெருங்காதேடா
சக்கரங்கள் அல்லில்லா பொல்லாதடா
பொல்லாத அல்லில்லா காட்டிலேநான்
உல்லாச அல்லில்லா வேட்டையாட
வேட்டைக்கு அல்லில்லா சென்றமன்னன்
வீடுவர அல்லில்லா காணோமின்னும்
காதை அல்லில்லா ஊரும்கண்டேன்
காரிழையாள் அல்லில்லா நெருப்புங்கண்டேன்
தோப்பிற்குள் அல்லில்லா வேசையோடு

தூழ்ந்திருப்பான் அல்லில்லா லோப்பறங்கி
பறங்கிக்கு அல்லில்லா மறியலுண்டா
பணங்கொடுத்து அல்லில்லா மீளானோடி

இவற்றைப் பார்க்கும்பொழுது, பழைய காலப் பாட்டிக் கதைகளின் போக்குத் தெரிகிறது. ஆகவே ஞாபகத்தில் இருந்த பாட்டிக் கதைப்போக்குச் சம்பவங்களைத் தொடர்பின்றிப் பாடியிருக்கிறார்களென்றே நாம் கொள்ள இடமுண்டு.

ஆனைக்கு அல்லில்லா தீன்போடு
அரசனுக்கு அல்லில்லா பாய்போடு
ஆரம்மா அல்லில்லா வண்டியிலே
றோசாப்பூ அல்லில்லா கொண்டயிலே
ஆசமச்சா அல்லில்லா ஆசானுமே
அருளிவச்சா அல்லில்லா ஆசானுமே
கொண்டைக்கு அல்லில்லா இணங்கியே
கொண்டுவந்தா அல்லில்லா அல்லாகாது

இனி இன்னதுதான் என்று குறிப்பிட்டுச் சொல்ல முடியாத பாடல்கள் சிலவற்றைப் பார்ப்போம்.

ஓவலைக்குச் செல்லவேண்டும்.
ஓருகலஞ்சோறு உண்ணவேண்டும்
உண்ணாத மாமியாரே
உனக்களிப்பேன் மோதிரங்கள்
மோதிரங்கள் இட்டகையோ
மொளிகள்புண்ணாய் நோகுதடி
நோகுதடி சந்துக்குள்ளே
நோக்காடெல்லாம் பொந்துக்குள்ளே
பொந்துக்குள்ளே பூந்தஎலி
பூனைகண்டா இனிவிடுமா
இனி என்ன முலைகுடடி
இருக்கிறது எனக்கிடடி

○○○

செட்டிநல்ல அல்லில்லா தன்னையும்தான்
தட்டியல்லோ அல்லில்லா பூப்பறித்தான்
காட்டிற்கு அல்லில்லா அலங்காரம்
கலைமானும் அல்லில்லா குட்டிகளும்
வீட்டிற்கு அல்லில்லா அலங்காரம்
விடிவிளக்கும் அல்லில்லா பிள்ளைகளும்
செட்டிக்கு அல்லில்லா காச்சலடி
சிறுக்கிக்கு அல்லில்லா அரையாப்பு
சம்மாட்டி அல்லில்லா பொண்டிலுக்கு
குண்டியெல்லாம் அல்லில்லா பெருஞ்சிரங்கு

'அரையாப்பு' என்பது இடைக்குக் கீழ்வரும் ஒருவிதச் சொறித்தேமல் நோயாகும்.

வட்டவட்ட நிலவெறிக்க
வைகுழலாள் ஓதிக்கட்ட
கிட்டஇருந்த என்மனைவி
என்னைப்பார்த் தெழுந்தோட

○○○

இணங்கடி தேவி ஊருக்குப்போக
ஊரும் பதியும் உசந்தகாடும்
நாட்டிற்குப்போக நல்விடைதாடி

○○○

அடர்ந்த பாலையிலேறித்
தொடர்ந்து வருகிறதாம் முசுறு
கொப்பில பாலையிலேறித்
தொடர்ந்து வருகிறதாம் முசுறு

○○○

ஓராமீனடி ஓடியல்புட்டடி
வாளைமீனடி வரகுசோறடி
தின்னடி உனக்கென்னடி

○○○

வெள்ளை வெள்ளைச் சட்டைகளாம்
வெள்ளைக் கோழி முட்டைகளாம்
முட்டை இட்டுக் குஞ்சுபொரி
முத்த மெங்கும் கொண்டுதிரி
கொண்டுதிரி மெழுகுதிரி
கோயிலெங்கும் கொளுத்தும்திரி

○○○

எடியடியே மரியமுத்து
உன்னையொருவன் தேடுறான்ரி
கறுவலோடி சிவலையோடி
கன்னமீசைக் காரனோடி

இன்று நாகரிகமான கன்னமீசை, அன்றும் வழக்கத்திலிருந்தது போலும்!.

❖

போர் மேகங்களின் பின்னால்

இப்பொழுதும் புனித யாகப்பர் ஆலயத்தின் திருந்தாதி மணியோசை கேட்கத்தான் செய்கிறது. ஆனால், முன்னர் ஒலித்ததைப்போல் இந்த மணியோசை தன் பங்கு மக்களின் இறை நம்பிக்கையின் ஆதார ஒலியாக இல்லை. வாழ்வாதாரங்களை இழந்து, வீட்டிலுள்ளே துன்பச் சுமையுடன் தூங்குபவர்களுக்காக இரங்கும் குரலாகவே இது ஒலிக்கிறது. இரவின் அமைதியைக் கிழித்துச் செல்லும் 'செல்'களின் கூவல் சத்தங்கள் அவர்களைப் பயத்தில் உறைய வைக்கின்றன. அச்சத்தம் அவர்களின் வீடுகளைக் கடந்து செல்கையில் இன்று எவர் தலையில் இடிவிழப்போகிறதோ? எனக் கலக்கம் கொள்கின்றனர்.

கையில் கம்புடன் வீதிவீதியாகச் சென்று ஆளரட்டும் ஒலிகள் இப்போது கேட்பதில்லை. நாய்களின் குரைப் பொலி மட்டுமே இடைக்கிடை கேட்கிறது. இந்தக் குரைப்பொலியுடன் வீட்டிலுள்ள அனைவரையும் மரணபயம் தொற்றிக்கொள்கிறது. துப்பாக்கியுடனும் கனத்த சப்பாத்துக்களுடனும் அணிசெல்லும் காக்கி உருவங்கள் தங்கள் வீதியில் அசைவதாய் உணர்கின்றார் கள். முன்னர், மூன்று முறை மனிதக்குரலில் ஏமாற்றி அழைத்துச் செல்லும் பேய்களின் பயத்திற்குப் பதிலாக, முன்னறிவிப்பின்றிக் கதவுகளை உடைத்துக்கொண்டு, இளைஞர், யுவதிகளை இழுத்துச்சென்று மறுநாள் அவர்களைப் பிணமாக வீதிகளில் வீசி எறிய வருபவர் களுக்கான பயத்தில் முகம்வெளிறிப் போகின்றார்கள். இப்பொழுது சந்தி மதகிலிருந்து சுருட்டுக்குடிக்கும் முதியவர்களும் இல்லை. மீனவர்களுக்காய்த் திறந்திருக்கும் தேநீர்க் கடைகளும் பூட்டிக் கிடக்கின்றன. வீதிகளில் குடிமக்கள் நடமாட்டம் அற்ற நிலையில், உறுமிச் செல்லும் ஜீப்பின் ஒலி இடைக்கிடை கேட்கின்றது.

காலைப் பூசைக்குச் செல்வதற்குத் தாய்மார்களுடன் பேத்திமாருடன் கூடச்செல்லும் கன்னியர், சிறுவர்கள் நன்றாக விடியும்வரை புரண்டு, புரண்டு படுத்துக்கொள்கிறார்கள். அவர்களுக்கு ஆறுதலாகவும் அடைக்கலமாகவும் இருந்த கோவில் பாதுகாப்பற்றதாகிவிட்டது. கோவிலை நினைக்கும் போது, தமது துயர்தீர வேண்டுதல் செய்தவர்கள் பத்துப்பேர் *13–11–1993*இல் விமானக் குண்டுவீச்சால் கொல்லப்பட்டதை யும் கோவில் சிதறடிக்கப்பட்டதையும் பயத்துடன் நினைவு கூர்கிறார்கள்.

பகல்வேளைகளில், கறுத்தத் துணியால் மூக்கையும் வாயையும் மூடியபடி மோட்டார் சைக்கிள்களில் வருபர் களைக் கண்டால் அச்சத்துடன் விரைந்து, மறைந்து கொள் கிறார்கள். வாகனத் தொடரணி வருகையில் வீதியில் யாரும் நடமாடமுடியாதவாறு நிர்ப்பந்திக்கப்படுகிறார்கள். அவசர அலுவல் காரணமாகப் பயணப்படுகையில் பலவந்தமாக வாகனங்களில் ஏற்றப்பட்டு, எங்கோ கூட்டம் நடைபெறும் இடத்தில் கொட்டப்படுகிறார்கள். தமது சுய விருப்புகள் மறுக்கப்படுவதை எண்ணி உள்ளுக்குள் குமுறுகின்றார்கள். இதுதவிரச் சீருடை அணியாது மோட்டார் சைக்கிள்களில், துவிச்சக்கர வண்டிகளில் வந்து உயிர்ப்பலி எடுப்பவர்களால் யார் வந்தார்கள்? ஏன் கொன்றார்கள்? என்ற காரணம் எதுவும் அறியாததால் நாளைய நம்பிக்கையை இழந்து காணப்படுகிறார்கள்.

அவர்களது கடல் அவர்களுக்குச் சொந்தமில்லை. கடலலை ஓசைகள் தம்மை அழைப்பதாக உணர்வதை மறந்து வெகு காலமாகிவிட்டது. இராணுவப் பாதுகாப்புக் காரணமாகக் கடற்கரையைச் சுற்றித் தடுப்புச்சுவர் எழுப்பப்பட்டதனால், அவர்கள் மகிழ்ந்து விளையாடிச் சொந்தம் கொண்டாடிய கடல், முற்றாக அவர்கள் பார்வையிலிருந்து மறைக்கப்பட்டு விட்டது. சோழகக் காற்றுக் காலத்தில் வேகங் கொண்டுவரும் அலைகள் பாலத்தின் கரையை மோதி மழைபோல் சொரிந்து வீதியை நனைப்பதற்குப் பதிலாக, எழுப்பப்பட்டிருக்கும் தடுப்புச் சுவரில் தடுக்கப்பட்டு, கண்ணீர்ச் சிதறல்களாய் மீண்டும் கடலுக்குள்ளே வழிந்து போகின்றது. வேரோடு பிடுங்கப்பட்ட கடற்தாவரங்கள்போல் ஜீவன் இழந்துவிட்டார் கள். கிழக்கில் படரும் வெள்ளாப்பின் செம்மையும், அந்தியின் அடிவானக் கோலங்களும் அவர்களிடமிருந்து எடுத்துச் செல்லப்பட்டுவிட்டன. அவர்கள் தொழில்செய்த படகுகள், வள்ளங்கள், போட்டுக்கள் கரையேற்றப்பட்டு, அவற்றின் சொந்தக்காரர்களின் வீடுகளின் முன்னால் கவிழ்த்து வைக்கப் பட்டுள்ளன. அவை வெயிலில் காய்ந்து வெடிக்கின்றன. சில

வேளைகளில், சிறுவர்கள் அவற்றின்மேல் ஏறி விளையாடு கிறார்கள்.

கடல் தன் புதல்வர்களை இழந்து புலம்புகின்றது. தொழில் செய்கையில் அவர்கள் நடந்த வெண்மணல் பரப்பை அலைகளால் முத்தமிடுகின்றது. தனக்குள் பெருகும் திரவியங்களை அள்ளிச் செல்லும் புதல்வர்களை நினைத்துக் கலங்குகின்றது. மண்டைத்தீவுக் கரையில் தொழில் செய்கையில் இலங்கைக் கடற்படையினரால் 10.06.1986இல் படுகொலை செய்யப்பட்ட முப்பத்தோருபேர்களினதும் பாலைதீவிலிருந்து 14.06.1995இல் தொழில்செய்து மீள்கையில் கடல்மடியில் கொல்லப்பட்டவர் களினதும் இன்னமும் தொழிலுக்குச் சென்று இன்னமும் ஏது நடந்ததென்று அறியப்பட முடியாதவர்களாய், திரும்பி வராத தொழிலாளர்களின் அவலங்களை, ஓலங்களைக் காற்று, அவர்கள் பாடிய அம்பாக்களைப்போல் பத்திரமாகப் பாது காத்து வைத்துள்ளது. அச்சோகத்தை, புதிதாய்ப் பிறப்பெடுத்து எப்போதாவது தன்மடிமீது உறவாடவரும் தன் புதல்வர் களுக்கு, பாட்டிகளின் சோகக் கதைபோல் கண்ணீருடன் சொல்லக்கூடும். மண்டைத்தீவுப் படுகொலை குருநகர் முழுவதுக்குமான சோகமாய் அமைந்திருந்தது. காற்றோடு கலந்துவந்த அந்தச் செய்தி மக்களைக் கடற்கரையில் திரள வைத்தது. இறந்தவர்களைச் சுமந்துவந்த படகு ஜெற்றியில் கட்டப்பட்டு, வாகனம் ஒன்றில் ஏற்றப்பட்டுக் குருநகர் சனசமூக நிலையத்தில் வரிசையாக அடுக்கிவைக்கப்பட்டிருந் தது. கறுத்துத் திரண்டிருந்த அவர்களின் உடல் துப்பாக்கிக் குண்டுகளால் துளைக்கப்பட்டும், வெட்டிப்பிளந்தது போன்ற காயங்களுடனும் அவர்கள் கிடத்தப்பட்டிருந்த காட்சியை அம்மக்களால் என்றுமே மறக்கமுடியாது.

நிலாக் காலங்களில் கடல் தன்மேனியை வெண்துகிலால் அலங்கரித்துள்ளது. காற்று மேனியைத் தழுவுகையில் சிலிர்க் கும் நுரைகளோடு மீன்களின் கவிர்கள் கோடாய் இழுபடு கின்றது. பௌர்ணமியில் கடலோடு இரையும் மீன்களின் களிப்பினைக் கவனம்கொள்ள எவருமில்லாச் சோகத்தில் கடல் தனிமையில் ஆடிக்கொண்டிருக்கிறது.

அவர்களது கடலை, அதிகாரப் பலத்தால் தமதாக்கிக் கொண்டவர்கள், குறிப்பிட்ட வேளைகளில் மட்டுப்படுத்தப் பட்ட எல்லைக்குள் குறிப்பிட்ட தொகையினரை மட்டுமே மீன் பிடிக்க அனுமதிக்கிறார்கள். அதுவும் அவர்களது அடையாள அட்டைகள் உள்ளவர்கள் மட்டுமே அனுமதிக்கப் படுகிறார்கள். குறிப்பிட்ட நேரத்தினுள் மீண்டும் திரும்பி வந்துவிட வேண்டும். வரத்தவறியவர்களுக்கு எவ்விதத்

தண்டனை என்பதைப் பாலத்தில் காவலிற்கு நிற்கும் இராணுவத்தினர்தான் தீர்மானித்துக்கொள்வார்கள். அனுமதிக்கப்பட்ட நேரங்களில்கூட அவர்கள் உயிருக்கு எந்த உத்தரவாதமும் இல்லை.

குருநகரின் மகிழ்ச்சி மிகுந்த காலங்கள் எல்லாம் தொலைந்து போயின. குருநகரின் தென்பகுதியில் சுமாராக அரை மைல் தொலைவில் சிறுதீவு ஒன்று இருக்கின்றது. நெருக்கடியற்ற காலங்களில், இத்தீவு இவ்வூர் வாலிபர்களின் உல்லாசத்தின் உறைவிடமாக இருந்தது. சிறு வள்ளத்தின்மூலம் தாங்கிச் சென்றுவிட முடியும். ஆழமான ஒருசிறு கடற்பகுதியைத் தவிர, ஏனயவை பரவைக் கடலே. இத்தீவிலுள்ள கற்குகையில் புனித லூர்த்து மாதா சொரூபம் வைக்கப்பட்டுள்ளது. மாசி மாதம் இதன் திருவிழா கொண்டாடப்படுகின்றது. அன்று வாலிபர்களுக்கும் கன்னிப்பெண்களுக்கும் உவகை பூத்த நாள். அன்று வாலிபர்கள் வீரமிடுக்கோடு மரக்கோலுடன் வள்ளங் களில் கம்பீரமாகக் காட்சியளிப்பார்கள். திருவிழாவுக்குச் செல்பவர்கள் வள்ளங்களின்மூலமே அவ்விடத்தைச் சென் றடைய முடியும். கன்னிப்பெண்களுக்கே முதலிடம். சொந்த வள்ளங்கள் வைத்திருப்பவர்கள் யார்தயவுமின்றிச் சென்று விடலாம், மதியத்தின்பின் ஆரம்பித்துப் பொழுது படுவதற்கு முன் முடியும் திருவிழாவைக்கொண்ட இச்சிறுதீவு, இராணுவ முகாமாக மாற்றப்பட்டதினால், குருநகர் இளையவர்கள் தம் வாழ்வின் வசந்த முனைகளை இழந்து நிற்கிறார்கள். அச்சிறுதீவுக் கரையோரம் தொழில் செய்தவர்கள் தொழிலை இழந்து நிற்கிறார்கள்.

இதே போன்றதே பாலதீவு. புல்லாவெளி, மடு போன்ற திருநாட்களும். அதற்குமுன் இங்கு ஒரு விடயத்தைக் குறிப் பிட்டே ஆக வேண்டும். மேலைநாடுகளில் வேலை செய்பவர்கள் ஒருவாரம் அல்லது இருவாரம் விடுமுறையை மேற்கொண்டு பிற மாநிலங்கள் அல்லது பிற நாடுகளிற்குச் சென்று விடுமுறையைக் கழிப்பது வழக்கம். இதன்மூலம் தொடர்ந்து வேலை செய்த சலிப்பு நீங்கி, புத்துணர்ச்சி கொள்வார்கள் என்று சொல்லப்படுவதுண்டு. வெளிநாடுகளிலுள்ள இந்த வழக்கம் எதனையுமே அறிந்து கொள்ளமுடியாத காலத்தில், இம்மக்கள் இதனோடு ஒத்த விடுமுறையினை மேற்கொண் டிருந்தார்கள் என்பது ஆச்சரியமான ஒன்றுதான். இவர்களது இந்த விடுமுறை கோவில் திருநாட்களுடன் இணைக்கப்பட் டிருந்தது. இதனால் இம்முறை இங்கு மதப்பரம்பலுக்காக வெளிநாடுகளிலிருந்து வந்த குருவானவர்களால் அறிமுகப் படுத்தப்பட்டிருக்கலாம். ஏனெனில் இவ்வூர் ஆலயத்தின் கட்டளைக் குரவர்களாக புறோகான், லெபோண், லெக்குத்தர்,

பொமிக்கோ, சார்வே ஆகிய மேலைத்தேசக் குருக்கள் பணிபுரிந்திருக்கிறார்கள். இம்மக்கள் தமது விடுமுறையைக் கழிக்கத் தெரிவு செய்த இடங்களே பாலதீவு, புல்லாவெளி, மடு போன்றவையாகும்.

பாலதீவு, புல்லாவெளி திருநாட்களின்போது பாதி ஊரே வெறிச்சோடிவிடும். ஒரு வாரத்திற்குத் தேவையான உணவுகளைச் சேகரித்துக்கொண்டு, வாகனங்களை வாடகைக்கு அமர்த்தி அங்குச் சென்று, அங்குள்ள காடுகளுக்குள் விடுதிகள் அமைத்து, உண்டு, கோவில்சென்று பிரார்த்தனை செய்வதும், உறங்குவதுமாய் நாட்கள் நகரும். பாலதீவின் கரையை அண்டிய கடற்பகுதிகள் தூய வெண்மையாய் அமைந்திருக்கும். எனவே, இக்கடலில் குளிப்பதே பலரின் பேரவாவாகும். இவர்களுக்கு வேண்டிய குடிநீர் குருநகரிலிருந்து தோணிகள் மூலம் இலவசமாக எடுத்துச்செல்லப்படுவதுண்டு. இத்திருவிழா விற்குச் செல்லாத மீனவர்கள், பாலைதீவில் வலைவளைத்து மீன்களை அங்குத் தங்கியுள்ளவர்களுக்கு இலவசமாகக் கொடுத்துவரும் நடைமுறை வெகுகாலமாகப் பின்பற்றப்பட்டு வந்துள்ளது. இவைகளை ஒரு நேர்த்திக் கடனாக அவர்கள் செய்வதுண்டு. புல்லாவெளித் திருநாளின் இறுதிநாட்களில் சில வேளைகளில் நாட்டுக்கூத்தும் இடம்பெறுவதுண்டு. சிலர் ஆடி மாத மடுத்திருவிழாவை முடித்துக்கொண்டு அப்படியே புல்லாவெளித் திருவிழாவிற்கும் (ஆடி. 08) வருவதுண்டு. ஆவணி மாத மடுத்திருநாட்களுக்கு இம்மக்கள் நெருக்கடி மிகுந்த காலங்களிலும் துணிந்து சென்றிருக்கிறார்கள். இவைகள் இவர்களின் மகிழ்ச்சி பொங்கிய காலங்களாகும். இன்றைய போர் மேகங்களால் இவர்களின் இந்த வாழ்வு இவர்களிட மிருந்து பறித்துச் செல்லப்பட்டுவிட்டது. இத்திருநாள் வரும் காலங்களை ஒரு கனவுபோல் நினைத்துக் கதைத்துக்கொள் வதைத் தவிர, இவர்களால் ஆகக்கூடியது எதுவுமில்லாமல் போய்விட்டது.

தொடரும் யுத்தச் சூழலுக்குள் குருநகர் மக்கள் என்று மில்லாதவாறு மனநெருக்கடிக்கு ஆளாகியுள்ளார்கள். போர்க் களத்தில் வீரமரணம் அடையும் தம் புதல்வர், புதல்வியர்கள் செய்திகேட்டு வாய்விட்டு அழமுடியாத நிலையிலுள்ளனர். அழும்குரல் கேட்டவுடன், அங்குள்ள இராணுவமும் அத னுடன் சேர்ந்து இயங்குபவர்களும் அங்கு வந்துவிடுகின்றனர். இறந்தவரின் உடல் இல்லாத நிலையில் அழுபவர்கள் போராளிகளின் பெற்றோர் உறவினர்கள் எனக் கூறி அவர் களைக் கைதுசெய்துகொண்டு சென்று சித்திரவதை செய்கின் றார்கள். அழைத்துச் செல்லப்பட்டவர்கள் திரும்பி வருவார்கள்

என்ற நம்பிக்கை எவருக்கும் இல்லை. எனவே மரணித்தவர்களின் உடல்களும் கிடைக்காமல் வாய்விட்டு அழவும் முடியாமல் சோகத்தை மனத்துள் அடக்கிக் குமுறிக்கொண்டிருக்கிறார்கள். யாராவது இயற்கையாக இறந்தால் அந்தச் செத்த வீட்டில் சென்று தம் மனத்தில் அடக்கிவைத்த சோகத்தைக் கொட்டித் தீர்க்கிறார்கள். 1986இல் குருநகரின் கடற்கரை வீதியில் முதலாவது செல் விழுந்ததில் சிந்தத் தொடங்கிய அவர்களின் இரத்தம் இன்னமும் சிந்திக்கொண்டேயிருக்கிறது.

கடற்றொழில் மறுக்கப்பட்டதனால் கரைப்பிழைப்பு நாடி வேறு இடங்களை நாடுகிறார்கள். பெரும்பாலும் புலம்பெயர் உறவுகளின் பொருளாதார ஆதரவிலேயே தங்கியுள்ளனர். இவ்வாறு தங்கியுள்ள பெற்றோர்கள் தங்கள் பிள்ளைகள் மீதான பொறுப்பை, கண்டிப்பை இழந்து வருகிறார்கள். உயிரோடு திரும்புவார்களா என்ற பயத்தில் தம் பிள்ளைகளை வேலைக்கு அனுப்பப் பெற்றோர்கள் மறுக்கின்றார்கள். பெற்றோரது கண்டிப்பு நிகழ்கையில் இயக்கத்திற்குப் போகப் போவதாகப் பயமுறுத்துகிறார்கள். பெற்றோர்களும் மௌனமாகி விடுகிறார்கள். இச்சூழலுக்குள்ளும் சொல்லாமல் போகும் புதல்வர்களின் செயல்களும் நிகழ்ந்துகொண்டிருக்கின்றன.

பின்குறிப்பு

2009ஆம் ஆண்டு மே மாதம் 19ஆம் திகதிக்குப் பின்னர் உள்நாட்டு யுத்தம் முடிவுக்கு கொண்டுவரப்பட்டுப் பல மாதங்களின் பின்னர் இக்குருநகர் மீனவர்கள் கடற்றொழில் செய்ய அனுமதிக்கப்பட்டுள்ளனர். முன்னரைப்போல் குறிப்பிட்ட கடல் தூரம்தான் சென்றுவர வேண்டுமென்ற கட்டாயம் எதுவுமின்றிச் சென்றுவர அனுமதிக்கப்படுகிறார்கள். அந்த வகையில் அது அவர்களின் மகிழ்ச்சிக்குரியதே. குறிப்பிட்ட நேரத்திற்குச் சென்று குறிப்பிட்ட நேரத்திற்குள் மீண்டும் கரை வந்து சேர்ந்திட வேண்டும் என்ற நடைமுறை தொடர்ந்தும் இருக்கிறது. கடலுக்கும் குடியிருப்புகளிற்கும் இடையில் போடப்பட்ட தடுப்புச்சுவர் அகற்றப்பட்டுள்ளது. இராணுவத் தேவைகளிற்கான பாவிக்கப்பட்ட கடற்கரையோரமாக இருந்த வீடுகளில் இருந்து இராணுவத்தினர் வெளியேறிவிட்டனர். ஆயினும் வீடுகள் அதன் சொந்தக்காரருக்கு மீளளிக்கப்படவில்லை. ஆயினும் தாம் பிறந்து வளர்ந்த கடலோடு தம்மை மீண்டும் உறவாட அனுமதித்ததைத் தமக்குக் கிடைத்த வரமாகவே இவர்கள் கருதிக்கொள்கிறார்கள்.

❖

பாகம் 4

குருநகர் தொழில்கலைச் சொற்கள்

(இந்நூலில் இடம்பெறாத, அதேவேளை குருநகரில் வழக்கிலுள்ள பல சொற்கள் இணைக்கப்பட்டுள்ளன.)

அகலப்பாடு: களங்கட்டித் தொழில் வகைகளில் ஒன்று. இது ஆழமான கடலில் தொழில்செய்வதைக் குறிக்கும். இன்னொன்று கரைக் களங்களில் தொழில் செய்வது. கரையிலிருந்து மிகத் தூரத்தில் (அகல) தொழில் செய்வதால் இவ்வாறு அழைக்கப்படுகின்றது.

அடப்பனார்: ஒல்லாந்தர் காலத்தில் குருகுலச் சாதிக்குரிய தலைமைக்காரருக்குரிய பதவிப்பெயர். 'அடப்பன் வீதி' என்ற பெயர் குருநகரிலுள்ள வீதிக்குரிய பெயராக இன்றும் வழக்கிலுள்ளது.

அடித்தூர்: நூலினால் நெய்யப்பட்டு மீன் பிடிக்கப் பயன்படும் மடியின் அடிப்பகுதி.

அடிஅழித்தல்: பாலதீவு போன்ற கோவில்களுக்குச் செல்லும்போது மணலில் ஏற்படும் காலடிச்சுவடுகளை, வரும்போது திரும்பிப் பார்க்காமல், பின்பக்கமாக வந்த படி அழித்து வருதலைக் குறிக்கும்.

அணியத்துப்பத்து: படகில் அணியத்தின் இருபக்கத்திலும் இணைந்திருக்கும் வங்குவின் மேல் இணைக்கப்பட்டிருக்கும் பலகைப் பகுதி

அணியம்: படகின் முன்பக்கம்.

அம்பா: கடல் தொழிலாளர்கள் தொழிலின் கடினத்தை மறக்கப் பாடும் பாடலின் பெயர்.

அரிக்கன் லாம்பு: காற்றிற்குச் சுடர் அணைந்துபோகா வண்ணம் கண்ணாடியால் அமைக்கப்பட்டுக் கைப்பிடியுடன் கூடிய ஒருவகை விளக்கு. *Hurricane lamp* என்ற ஆங்கிலச் சொல்லின் சிதைவு.

அரிசிபொரித்தல்: நெல்லுப்பச்சை அரிசியைத் தேங்காய்ப் பாலில் பொரித்தல், பூப்படைந்த பெண்ணிற்குக் குப்பைத் தண்ணீர் ஊற்றிய பின்பு, அயலிற்கு அரிசிபொரித்துக் கொடுத்தல் குருநகரில் வழக்கம்.

அல்லில்லா: அம்பாப் பாடல்களின்போது ஒத்திசைவுக்காகப் பொருளற்றுப் பாடப்படும் சொல். லைலா, றோசா, ஞான சௌந்தரி போன்றது.

அலசு: கடல்நீருக்குள் படகின் அடியில் ஒட்டிக்கொள்ளும் சிறு சிப்பி.

அலவாய்படல்: ஒரு இடத்தில் நிரந்தரமின்றி அங்குமிங்கும் அலைந்து திரிபவரை அல்லது திரிபவளை அலவாப்பட்டவன் அல்லது அலவாப்பட்டவள் என அழைப்பர். இது அலைவாய் என்ற சொல்லின் சிதைவு

அலைவாய்: அலைமோதும் கடற்கரைப்பகுதி.

அவஸ்தைபூசுதல்: மரணத்தின் வாசலில் உள்ள கத்தோலிக்கர் ஒருவருக்குக் குருவானவரால் மேற்கொள்ளப்படும் சமயச் சடங்கு. இன்று நோயில்பூசுதல் என அழைக்கப்படுகிறது.

அழிமாடு பண்ணுதல்: பொருள்களை விரையப்படுத்துதல்.

அளி: மடவலை, மோவலைகளுக்கிடையில் கிராதி வடிவில் அமைந்திருக்கும் வலைக் கண்.

அறக்கொட்டியான்: மீன் பிடிக்கப் பயன்படும் தொழில்முறையின் பெயர். உதாரணம் கரைவலை போன்றது. இவ்வலைகள் நைலோன் நூலால் நெய்யப்பட்டிருக்கும்.

அறாவிலை: மீன்களுக்கு (இது வேறு பொருளாகவும் இருக்கலாம்) விற்பனைக்காகக் கூறப்பட்ட விலையைவிட மிகக் குறைவான விலை கேட்பதைக் குறிக்கும்.

ஆஞ்சாங்கயிறு: பாய்மரத்தின் நுனிவரைக்கும் பாயை இழுத்துக் கட்டப் பயன்படும் வலிமையான கயிறு.

ஆழ்வான்: வலை வளைப்பதற்கென்று பயன்படும் ஒரு பாட்டின் பெயர்.

ஆளரட்டுதல்: கரைவலைக்குச் செல்லும் தொழிலாளர்களை தொழிலுக்கு வரச்சொல்லி வீடுகளுக்குச் சென்று கூப்பிடுதல்.

இசங்கம்பார்: வலை வளைப்பதற்கான பாட்டின் பெயர்.

இட்டுமுட்டு: சுவாசிப்பதற்குச் சிரமப்படல் அத்துடன் மிக நெரிசலாக இருப்பதையும் குறிக்கும்.

இலந்தையடி: வலை வளைப்பதற்கான பாட்டின் பெயர்.

இறங்குபொழுது: நண்பகல் பன்னிரண்டு மணிக்குப் பிற்பட்டு வரும் நேரங்களைக் குறிப்பது. சூரியனைப் பொழுதாகக் கொண்டு அது இறங்கி வருதலைக் குறிக்கும். சூரியன் அடிவானில் மறைவதைப் பொழுது பட்டுவிட்டது எனச் சொல்வதுண்டு.

ஈரவலை: வலை வளைப்பதற்காகக் கடலினுள் இறக்கப்படும் வலைகளில் ஒன்று. கம்பான் கயிற்றுக்குப்பின்னர் இறக்கப்படும் முதல் வலையாகும். கயிற்றினால் இழைக்கப்படும் இவ்வலை 15 அளிகளும் 3½ அடி நீளமும் கொண்டது.

ஈலக்கண்ணி: ஈரவலையைத் தொடர்ந்து கடலினுள் இறக்கப் படும் வலை. இது 21அளிகளும் 3அடி நீளமும் கொண்டது.

உமல்: பனைஓலையினால் நீளசதுர வடிவில், தலையணை உறைபோன்ற அமைப்பில் பின்னப்படுவது. சந்தைக்குச் சென்று மீன்கள் அல்லது வேறு பொருட்கள் வாங்கப் பயன்படுவது.

உரிமைச் சோறு: ஒருவர் இறந்த எட்டாம் நாள் அவருக்காகப் படைக்கப்பட்ட மேசைச் சோற்றைக் குழைத்து ஒன்றாக்கிய பின்னர், இறந்தவரின் இரத்த உருத்துடையவர்களுக்கு வழங்கப் படும் சோற்று உருண்டை.

உருவுதல்: அவிழ்த்தல் என்னும் பொருள் உடையது. அந்த வலையை உருவு என்றால் இரண்டு வலைகளைப் பிதைந்திருக்கும் (இணைத்திருக்கும்) இணைப்பு நூலை இழுத்து எடுத்துவிடு என்பதே.

உலமடி: உலைமூடி என்ற சொல்லின் சிதைவாகும்.

உளக்கு: கடலில் மீன்கள் அங்குமிங்கமாக ஓடி அமிழ்ந்து எழுகையில் கடலினில் ஏற்படும் அசைவுகள். இத்துடன் மீனவர்கள் கரையை அண்மித்த கடலில் விரைவாக அங்கு மிங்குமாக விரைகையில் கடலில் ஏற்படும் அசைவுகளையும், ஓசைகளையும் குறிப்பதாகும். "ஏய்! கடலை உளக்காதீங்க" எனக் கூறப்படுவதுண்டு.

ஊண்: மடியிலுள்ள கண்களைக் குறிப்பது. மடியின் மிகச் சிறிய கண்களில், நெத்தலி போன்ற மிகச் சிறிய மீன்கள் சிக்கிக்கொண்டால் "ஊணுக்கு ஒன்றாய்க் கிடக்குது" எக் கூறுவர்.

எடுப்புமீன்: வாடியில் மீன்களை ஏலத்தில் கூறுபவர், விற்கப் பட்ட மீன் குவியலிலிருந்து, தனக்குரிய கூலியாக எடுத்துக் கொள்ளப்படும் மீன் அல்லது மீன்கள்.

எருவலை: வலை வளைக்கும்போது, மடி கரையை நெருங்குகை யில் மீன்கள் கரைவந்து கழிந்து செல்லாமல், வலை இழுபட்டு வரும் இருபுறங்களுக்கிடையில் மடிக்கு எதிராகப் பிடிக்கும் தடுப்புவலை. எதிர்வலை என்ற சொல்லின் சிதைவு.

ஏலேலோ: அம்பாப் பாடல்களின்போது ஒத்திசைவுக்காக வரும் சொல். றோசா, லைலா, அல்லில்லா போன்ற இன்னொரு சொல். இது ஏலேலசிங்கன் என்ற அரசனை நினைவுகொள்வ தாகவும் சிலரால் கூறப்படுவதுண்டு.

ஏறுபொழுது: காலை சூரிய உதயத்திலிருந்து நண்பகல் பன்னிரண்டு மணிவரையுள்ள நேரம்.

ஐயங்குடா: வலை வளைப்பதற்குரிய ஒரு பாட்டின் பெயர். இலந்தையடி, இசங்கம்பார் போன்றவை.

ஒட்டம்: படகின் உட்பக்க நீளம் முழுவதும், வங்குகளின் நுனியில் இணைக்கப்பட்டிருக்கும் பலகை. இது ஆறு தொடக்கம் ஒன்பது அங்குல அகலம் கொண்டது. படகின் வெளிப்பக்கத் தளத்தின் நீளம் முழுவதும் இணைக்கப்பட்டிருக்கும் நீண்ட திரட்சியான பலகை. இதுவும் ஒட்டம் என அழைக்கப்படு கிறது. இந்த திரட்சியான பலகை நான்கு அல்லது ஐந்து அங்குல அகலம் உடையது.

ஒழுக்கை: வலை வளைப்பதற்குரிய பாட்டின் பெயர்.

ஓலவலை: ஒருவகை மீன்பிடி முறை. கரைவலை போன்றது. கம்பான் கயிறுகளில், வலைகளில் பனை ஓலைகள் இணைக்கப் பட்டிருக்கும். ஓலவலை என்பது ஓலைவலை என்பதன் சிதைவு.

கச்சான்: வடமேற்குத் திசையாக வீசும் காற்று.

கசக்: (Cassock) பூசைப் பலிபீட உதவிச் சிறுவர்கள் அணியும் கணுக்கால் வரை நீண்ட சிவப்பு அங்கி.

கடப்பாய்: படகில் இழுத்துக் கட்டப்படும் பாயில், கடையால் பக்கமாக இருக்கும் மேல்பக்கப்பாயின் நுனிப் பகுதி.

கடவத்துக்காரர்: வலை வளைக்கையில், முதலில் கம்பான் கயிற்றுடன் இறக்கிவிடப்படும் தொழிலாளர்கள்.

கடையால்: படகின் பின்பக்கம்.

கடையால்பத்தி: படகின் கடையால் பகுதியில் படகின் அகலப் புறமாக இரு ஒட்டடங்களில், கூத்துவாரியைப்போல் இணைக்கப் பட்டிருக்கும் உருளை வடிவுள்ள கனத்த மரத்துண்டு.

கந்தா: ஒரு குறிப்பிட்ட மீன்களின் அளவு. (ஓலைக்கு லைலா ஒதுங்குமடா ஒரு கந்தா லைலா நகரயடா—அம்பா.)

கம்பான் கயிறு: வலை வளைக்கும்பொழுது, குறிப்பிட்ட பாட்டில் தொழிலாளர்களை இறக்குவதுடன் வலை வளைப் பதற்கு ஆரம்பமாகக் கொடுக்கப்படும் கயிறு. இக்கம்பான் கயிற்றை ஆழ்கடல் நோக்கி இறக்கிக்கொண்டு சென்றபின்பு இதன் நுனியில் ஈரவலையை முடிவார்கள்.

கமாரிடல்: வலிமையுடன் எதிர்த்து நிற்றல் அல்லது போராடு தல். அவனோடு யாரும் கமாரிட ஏலாது எனக் கூறுவார்கள்.

கரைப்பத்துதல்: வள்ளம், படகு, தோணி ஆகிய எதுவாயினும் கரை அடைவதைக் குறிக்கும்.

கரையேறுதல்: இதுவும் கரையை அடைதலைக் குறிக்கும். அதேவேளை பெண்கள் திருமணம் முடித்துவிட்டால் அவள் கரையேறிவிட்டாள் எனக் குறிப்பிடுவர்.

கல்லுதல்: வலை வளைக்கும்பொழுது, சில வகைமீன்கள் மணலில் புதைந்து தம்மைத் தப்பவைத்துக்கொள்ளும். இவ்வாறு மணலில் புதைவதைக் குறிக்கும் சொல். அத்துடன் எல்லோ ருடனும் சேர்ந்து வராமல் தயங்கித் தாமதித்தலையும் குறிக்கும். அவ்வாறு தயங்குபவரைப் பார்த்து "என்ன கல்லுறாய்" எனக் கேட்கப்படுவதுண்டு.

கலக்கெறிதல்: மீன்கள் பெருந்தொகையாக அங்குமிங்குமாக ஓடித்திரிகையில், கடலின் அடியில் காணப்படும் மணல்கள் கலங்கியபடி மேல் எழும். இவ்வாறு கடலில் கலங்கிக் காணப் படும் பகுதியைக் குறிக்கும்.

கலப்பத்துப் பார்த்தல்: படகினைப் பழுது பார்ப்பதற்காகக் கரையேற்றி வைத்தபின், படகின் பலகைகளிற்கிடையில் பழுதடைந்த தென்னப் புரிகளை நீக்கிவிட்டு, அவற்றினிடையில் புதிய புரிகளை இறுக்கி அடிக்கும் செயலைக் குறிப்பது.

காலித்தல்: உதயமாதலைக் குறிக்கும். நிலவு காலிச்சிற்று, பொழுது காலிச்சிற்று, வெள்ளி காலிச்சிற்று எனக் குறிப்பிடுதல் வழக்கம்.

கழி: மீன்கள் வலைக்குள் அகப்படாமல் தப்பிச் செல்வதைக் குறிக்கும். "மீன் கழிஞ்சு போயிற்று" என்று கூறுவர். அதேவேளை

தேவையில்லாதவற்றை வீசுவதையும் குறிக்கும். மடிக்குள் கடற் பாசிகள் இருந்தால் "பாசிகளைக் கழி" என்று கூறுவார்கள்.

களங்கட்டி: இறால் பிடித்தலைப் பிரதானமாகக் கொண்ட தொழில் முறை. கரையை, கடலின் ஆழமான ஆற்றின் அருகிருக்கும் களங்களில் இத்தொழில் இடம்பெறுவதால் இப்பெயர் வழங்கப்படுகிறது. இம்முறை, இங்குச் சமயப்பணி ஆற்றிவந்த பிற தேசக் குருவானவர்களால் அறிமுகப்படுத்தப் பட்டது என்ற கருத்தும் உண்டு.

கானாத்தடி: படகைச் செலுத்தும்போது, சுக்கானை வேண்டிய திசைக்குச் செலுத்திக்கொள்ளப் பயன்படுத்தப்படும் கைத்தடி. இதனைச் சுக்கானின் மேல் பகுதியிலுள்ள ஓட்டையினுள் செலுத்தி இலகுவாக அதனை வேண்டிய பக்கம் திருப்பிக் கொள்ளலாம்.

கிடைச்சகாசு: கரைவலைத் தொழிலில் நாளாந்தம் கிடைக்கும் ஊதியம். (இன்று) கிடைத்த காசு என்ற சொல்லின் சிதைவு.

கீழ்ப்புறம்: வலை வளைக்கும்பொழுது இருபுறமாக நின்று இழுப்பார்கள். இதில் முதல் கம்பான் கயிற்றைக் கொடுத்துச் செல்லும் பகுதி கீழ்ப்புறம் எனப்படும்.

குடாப்புறவா: வலை வளைப்பதற்கென்று குறிக்கப்பட்ட பாடுகளில் இதுவும் ஒன்று.

குத்தகைக்காரர்: வாடியில் விற்கப்படும் மீன்களின் மொத்தத் தொகையையும் பணமாகச் சம்மாட்டிக்குக் கொடுப்பவர். மீன் வாங்குபவர்கள் உடனடியாகப் பணம் கொடுத்து வாங்க வேண்டும் என்பதில்லை. பின்னர் கொடுக்கலாம். எனவே இவரே அப்பணத்தினைக் கொடுப்பார். இதற்காக இவர் தனக்குரிய குத்தகைப்பணமாக ஏழு வீதத்தினை எடுத்துக் கொள்வார்.

குப்பைத்தண்ணீர்: பூப்படைந்த பெண்ணிற்கு ஐந்து, ஏழு, அல்லது ஒன்பதாம் நாள் ஆரம்பமாக முழுகவார்த்தலைக் குறிக்கும்.

குறுங்கரை: இதுவும் வலை வளைப்பதற்கான பாடுகளில் ஒன்று.

கூடிவாழுதல்: திருமணத்தின் முன் ஆணும், பெண்ணும் சேர்ந்து வாழுவதைக் குறிக்கும்.

கூத்துவாரி: படகின் நடுமையத்திலுள்ள தடித்த பலகை. இதன் நடுவில் வட்டமாக வெட்டியெடுக்கப்பட்ட பகுதிக் குள்ளாலேயே பாய் மரத்தின் அடிப்பகுதி இறக்கப்பட்டுப்

பூவெச்சத்தின் குழி விழுந்த பகுதிக்குள் பொறுப்பாக நிறுத்தி வைக்கப்படும்.

கூராப்பு: மழை பெய்த பின்னர் குளிருடன், சூரியஒளி மங்கிக் காணப்படும் காலநிலை.

கூறப்பாய்: படகைக் காற்றின்மூலம் செலுத்தப் பயன்படும் பாய், ஒருவகை வெள்ளைச் சீலையால் உருவாக்கப்படுவது. இது பாய்மரத்துடன் இணைக்கப்பட்டிராத மழைக்காலங் களில் மீனவர்கள் மழைக்குப் பாதுகாப்பாகவும் பயன்படுத்து வதுண்டு "கொண்டலிலே லைலா மழைகறுக்க கொண்டுவாடி லைலா கூறப்பாயை" – அம்பா.

கூறியான்: வாடியில் விற்கப்படும் மீன்களை ஏலத்தில் கூறுபவர்.

கெச்சிதம்: கடல் தொழிலில் வீரமுள்ளவன் அல்லது வலு வுள்ளவன் என்ற அர்த்தத்தில் பயன்படுத்தப்படுகிறது. கடல் தொழில் செய்ய வலுவற்றவன் கெச்சிதம் இல்லாதவன் என அழைக்கப்படுவான்.

கெழிதல்: படகு அல்லது வள்ளம் ஒரு பக்கம் சரிந்து போதலைக் குறிக்கும்;.

கைப்பிடித்தல்: ஆணும், பெண்ணும் கோவில் திருப்பலியில், திருமணம் செய்வதைக் குறிக்கும்

கொண்டல்: வடகிழக்குத் திசையைக் குறிக்கும்.

கோசு: ஒரு தடவை என்ற அர்த்தத்தில் பயன்படுத்தப்படுகிறது. எத்தனை கோசு போனாய் என்றால் அது எத்தனை தடவை போனாய் என்பதாகும்.

கோடைக்கொண்டல்: கோடைக் காலத்தில் வடகிழக்குத் திசையாக மிகச் சீரான அமைதியுடன் வீசும் காற்று.

கோர்ஸ்: படகில் இழுத்துக் கட்டப்பட்டிருக்கும் பாயின், அணியப்பக்கக் கீழ்ப்பகுதியின் நுனி.

சங்கிடுத்தார்: கோவில் சார்ந்த சகல நிர்வாக வேலைகளில் குருவானவருக்கு உதவியாளராகப் பணியாற்றுபவர்.

சங்கை: பெருமை

சம்பந்தச் சோறு: திருமணத்தன்று, மாப்பிள்ளை பெண்ணின் பெற்றோர்கள், ஒருவருக்கொருவர் பரிமாறிக்கொள்ளப்படும் உணவு. திருமணத்தின் மூலம் ஏற்பட்ட புதிய உறவின் குறியீடாகக் கொள்ளப்படுகிறது.

சம்மாட்டி: கடல்தொழிலின் அதிபர் அல்லது முதலாளி. தொழிலின் மூலதனத்தின் சொந்தக்காரர்.

சாதாளை: கடலினுள் வேரறுந்துபோன கடல் தாவரங்கள். அலைகளின்மேல் மிதக்கும் இவை காற்றினால் கரையொதுக்கப் படும். கடல்தொழில் செய்ய வலுவற்றவனைச் சாதாளை என அழைப்பதுண்டு.

சிவப்புக்கட்டுதல்: மீன்கள் பெரும்தொகையாக நெருக்கமாகத் திரிகையில் கடலின் மேற்பரப்பில் பழுப்பு நிறமாகக் காணப் படும். இதனைச் சிவப்புக்கட்டுதல் என்பர். இத்தோடு ஆண்கள் அல்லது பெண்கள் பெரும் தொகையாகச் சேர்ந்து வந்தால் சிவப்போடு வருகிறார்கள் என்று கூறுவதும் வழக்கில் உள்ளது.

சிறுதீவு: குருநகரின் தெற்குப்பகுதியாக மிக அண்மித்த தூரத்திலிருக்கும் சிறிய தீவு.

சுக்கான்: படகை வேண்டிய திசையில் செலுத்துவதற்குப் பயன்படுவது. தடித்த பலகையினால் செய்யப்பட்டிருக்கும்.

சுக்கான்பத்து: சுக்கான் இணைக்கப்பட்டிருக்கும் கடையால் பகுதியில் வங்குகளின் இடைப்பட்ட பகுதியில் இருக்கும் ஒட்டத்தினைக் குறிப்பது.

சுத்து: சுற்று என்ற சொல்லின் பேச்சுவழக்கு. குறிக்கப்பட்ட நீள, அகலங்களைக் கொண்ட வலை. மீன் பிடிக்கப் பயன் படும் மடியை ஒவ்வொரு சுற்றாகவே பிதைந்து மடியாக்கு வார்கள். “நான் கேட்ட லைலா மண்டாட்டம் நாலு சுத்து லைலா மீன்படவே” – அம்பா.

செக்கல்: மாலை சூரியன் மறைந்தபின்னர் அடிவானில் தோன்றும் செம்மை நிறம் பரவிய கடல்.

செழும்பு: கடலினுள் இருக்கும் பொருள்களில் (கம்புகள், வலைகள், படகின் அடிப்பாகம், கற்பாறைகள்) ஏற்படும் வழுவழுப்பான தடித்த நீர்ப்படிவு.

சேப்பிள்ஸ்: Surplice என்ற சொல்லின் திரிபு. கசக்கின் மேலால் இடுப்பு வரை அணியும் வெண்ணிற ஆடை.

சொறி: கடலின் மேல் மிதந்து செல்லும் ஒருவகைப் பொருள். இது உடம்பில் படும்போது சுணைக்கும். வெண்மையுடன் கூடிய திரட்சியான மேற்பகுதியையும் உட்பக்கமிருந்து நீண்டு கூந்தல்போல் வழிந்துகொண்டிருப்பதையும் கொண்டவை.

சோதி வெள்ளி: ஒளிமிகுந்த வெள்ளியைக் குறிப்பது. இவ் வெள்ளி இரவு குறிப்பிட்ட நேரத்தின் பின்னர் மறைந்துவிடும். “சோதிவெள்ளி போய்மறைய” – அம்பா.

சோப்படி: புறக்கணித்தல், சோப்படிதருவன், சோப்படிபட்டவன் அல்லது சோப்படிபட்டவள் என்று விதம்விதமாக பாவிக்கப் படுகிறது.

ஞானசௌந்தரி: அம்பாப் பாடலில் ஒத்திசைவிற்காக வருவது. றோசா, லைலா போன்றதே. அம்பாப் பாடலின் இறுதி வரிகளில் கையெங்கே ஞானசௌந்தரி என வருவதால் கை வெட்டப்பட்டு, காட்டில் விடப்பட்ட ஞானசௌந்தரியை நினைவுகொள்வதாகவும் கருதலாம்.

ஞான முழுக்கு: கத்தோலிக்கக் குடும்பங்களில் பிறக்கும் குழந்தைகளிற்குக் கட்டாயமாகச் செய்யப்படும் கோவில் சடங்குகளில் முதன்மையானது.

ஞானத்தீட்சை: மேற்கூறப்பட்ட சொல்லின் அர்த்தமுடைய இன்னொரு சொல்.

ஞானஸ்நானம்: இதுவும் மேற்கூறப்பட்ட சொல்லின் அர்த்தம் உடையது.

தங்குகடல்: அதிகாலை மீன்பிடிக்கச் சென்று, வழமைபோல் மாலை ஊர் திரும்பாமல், இரவு தொழில் செய்து மறுநாள் காலை ஊர் திரும்புவதைக் குறிக்கும்.

தட்டுப்பந்தல்: மரணவீட்டிற்காக அமைக்கப்படும் பந்தல்.

தண்டயல்: படகின் அல்லது தோணியின் தொழில் முறைக்குத் தலைமைக்காரன். கரைவலையில் இவருக்குச் சம்மாட்டிபோல் தொழிலின் முதலீட்டில் எந்தவிதமான தொடர்பும் இல்லை. தொழிலைக் கொண்டு நடத்தும் தலைமைப் பதவி மட்டுமே.

தண்டல்காரன்: பொருளோ பணமோ வசூலிப்பவர். பொருளையோ பணத்தையோ இரந்து கேட்பவரைத் தண்ட வந்துவிட்டான் எனக் கேலியாகப் பேசுவது உண்டு.

தண்டு: வள்ளம் செலுத்தப் பயன்படும் துடுப்பின் மறுபெயர்.

தலைவலை: கரைவலைத் தொழிலில் வலை இழுக்கும்போது, கம்பான் கயிறுகள் இழுக்கப்பட்ட பின்னர் வரும் ஈரவலை யின் ஆரம்பத்தைக் குறிப்பது.

தவனம்: உணவில் அல்லது பொருளில் விருப்புக்கொள்ளுதல் குறிப்பிட்ட உணவில் அவன் தவனமாய் இருந்தான் என்பர்.

தழும்புபடல்: திருக்கை மீனின் முள்ளுக் குத்துவது. இப்புண் சுகமாகியபின்பும் முள்ளுக் குத்திய காயம் தழும்பாக இருக்கும்.

தாமன்: பாய்மரத்தில் பாய் இழுத்துக் கட்டப்பட்டபின், பாயின் கடையால் பக்கமிருக்கும் கீழ் நுனியிலுள்ள கயிறே

தாமன். இதன் மறுநுனி கடையால் பத்தில் கட்டப்பட்டிருக்கும்.

தாளையுப்பாடு: வலை வளைப்பதற்குப் பயன்படும் பாடுகளில் ஒன்று.

திருந்தாதி: காலை, நண்பகல், மாலை ஆகிய மூன்று நேரங்களில் கத்தோலிக்கத் தேவாலயங்களில் ஒலிக்கப்படும் மணியோசை.

திருமுழுக்கு: இதுவும் ஞானமுழுக்கு, ஞானத்தீட்சை, ஞானஸ்நானம் போன்ற அர்த்தத்தைக் குறிப்பது.

திறவு: ஆலோசனை. மீன்பிடித் தொழில்சார்ந்த ஆலோசனைகளைத் திறவுசொல்லுதல் என்பர். ஊர் வழக்கில் ஆலோசனைகளைக் கூறிச் செயலற்று இருப்பவனைப் பார்த்துத் "திறவு சொல்வதில் மட்டும் குறைச்சலில்லை" என்பர்.

துறுபிள்ஸ்: (Thurible) பலிப்பூசையின் போது தூபம் காட்டப் பயன்படுவது.

துறை: தொழில் செய்யும் கலங்கள் தொழில் முடிந்தபின்னர் தரித்து நிற்கும் இடம்.

தூர்: மடியின் கடைசிப்பகுதி. பல்வேறு அளவுகளுடைய வலைக்கண்களைக் கொண்ட பகுதிகளாக இணைக்கப்பட்டிருக்கும் மடியில், மிக நெருக்கமான வலைக்கண்களைக் கொண்ட கடைசிப்பகுதி.

தோணி: பெரிய மரக்கலம். வள்ளம், படகு, தோணி. குருநகர் வழக்காற்றில் இவை மூன்றிலும் பெரிதானவற்றையே தோணி என அழைக்கின்றனர். இன்று இவை பாவனையில் இல்லை.

நச்சுநீர்: கண்களுக்குத் தெரியாத வகையில் கடலினுள் மிதந்து திரியும் நச்சுத்தன்மைகொண்ட நீர். இந்நச்சுநீர் ஒருவரது உடம்பில் பட்டவுடன், பட்ட இடத்தில் முதலில் நெருப்புச் சுட்டதுபோல் இருக்கும். பின்னர் தும்மல் ஆரம்பிக்கும். கண்கள் சிவந்து கண்களிலிருந்து நீர் சுரந்துகொண்டிருக்கும். இருமலைத் தொடர்ந்து உடல் வெக்கையாகும். வலி தாங்கமுடியாததாக இருக்கும்.

நடுவணி: வலை வளைப்பதற்காகக் கடலில் இறக்கப்படும் தொடர் வலைகளில் ஒன்று. ஈலக்கண்ணி வலைக்குப்பின்னர் இறக்கப்படுவது. இவ்வலை 31 அளிகளையும் 1½ அடி நீளத்தினையும் கொண்டது.

நவத்: (Incense boat and spoon) தூபம் காட்டுவதற்கான சாம்பிராணியை வைத்திருக்கப் பயன்படும் சிமிழ்.

நாச்சிக்குடா: மீன்பிடித்தொழில் செய்வதற்குரிய ஒரு பாடு.

நாளி: சுக்கானை, படகினோடு இணைத்துக் கொழுவிவிடுவதற் காக, கடையாலின் வெளிப்புற அடிப்பகுதியில் பொருத்தப்பட் டிருக்கும் உலோகத்தினாலமைந்த ஆணி,

நீர்வகை: கடலினுள் ஏற்படும் விரைவுகொண்ட நீரோட்டம். current என்ற ஆங்கிலச் சொல்லிற்கு மிகக் கிட்டிய அர்த்தம் கொண்டது. இந்த நீர்வகைகளைக் கொண்டே மீன்களின் வரவுகள் அவதானிக்கப்படுகிறது.

நைலோன் வலை: குருநகரில் கரைவலைக்குப்பின்னர் அறிமுகப் படுத்தப்பட்ட ஆழ்கடல் தொழில் முறை. அதுவரை கயிற்றி னாலும் நூலினாலும் நெய்யப்பட்ட வலைகளின் பின்னர் நைலோன் நூலினாலான வலைகளினால் தொழில் செய்யப் பட்டது. இதனால் இப்பெயர் பெற்றது.

பங்கு: எண்ணிக்கை என்ற அர்த்தத்தில் பாவிக்கப்படுகின்றது. கரைவலைத் தொழிலின் வருமானத்தை எத்தனை தொழிலாளர் களுக்குப் பிரிக்கப்படல் வேண்டுமென்பதை எத்தனை பங்குகள் எனக் கேட்பதே வழக்கம்.

பங்குச்சபை: யாழ்ப்பாணத்திலுள்ள கத்தோலிக்கர்கள் தலைமை அமைப்பாகிய மேற்றிராசனத்தின்கீழ் இடவாரியாகப் பல பிரிவுகளாகப் பிரிக்கப்பட்டுள்ளார்கள். இவ்வாறு பிரிக்கப் பட்டுள்ளவைகளைப் பங்குச்சபைகள் என அழைப்பர். உதாரண மாகக் குருநகரிலுள்ள பலர் புனித யாகப்பர் ஆலயத்தைச் சேர்ந்தவர்களாகப் பதியப்பட்டுள்ளனர். இவர்கள் யாகப்பர் ஆலயப் பங்குச்சபையைச் சேர்ந்தவர்கள் என அழைக்கப்படு வார்கள்.

பட்டங்கட்டி: குருகுலத் தலைவர்மாருக்குப் போத்துக்கேயர், ஒல்லாந்தர் காலங்களில் அளிக்கப்பட்ட பதவிப் பெயர்.

படகு: பிரதானமாகக் கரைவலைத் தொழிலுக்குப் பாவிக்கப் படும் கலம். வள்ளத்தினைவிடப் பெரியதும் தோணியைவிடச் சிறியதுமானது.

பண்: பாய்மரத்தின் நுனியிலிருந்து படகின் நடுப்பகுதியின் எதிர்ப்பக்கம் இருக்கும் ஒட்டத்தில் கட்டப்படும் கயிறு. காற்று, பாயில் வீசும் வேகத்தில் படகு சரிந்து போகாமல், சரிவுக்கு எதிராகச் சமன்படுத்துவதற்காக மீனவர்கள் சிலர் ஒட்டத்தில் நிற்பார்கள். அவ்வாறு நிற்கும்போது அவர்கள் பிடித்துக் கொள்ளப் பயன்படும்.

பணிவு: கடலின் ஆழத்தினைக் குறிப்பது. ஆழமான கடல் என்றால் அதைப் பணிவுகடல் என அழைப்பார்கள்.

பரியலங்கள்: குதிரைகள்.

பருமரக்கோல்: பாய்மரத்துடன் பாயைப் பிணைத்திருக்கும் பாரிய மரக்கோல்.

பருமல்: படகின் நடுமையத்தில் நிறுத்தி வைக்கப்பட்டிருக்கும் நீண்டதும் திரண்டதுமான வலிமையான பாய்மரத்தில் கட்டுவதற்காக இழுத்து விரிக்கப்பட்டிருக்கும் பாயைப் பருமல் என்னும் நீண்ட மரத்துடன் இணைத்து வைப்பர். பாயை விரித்துக் கட்டுவதற்குப் பயன்படும் மரம்.

பருமலுப்பாய்: பருமரக்கோலுடன் பிணைக்கப்பட்டிருக்கும் பாய். படகு செல்வதற்காக காற்றிற்கு எதிராக இப்பாயை விரித்து பருமல் எனப்படும் பாய்மரத்துடன் கட்டுவார்கள்.

பழங்கயிறு: மீனவர்கள் வலை இழுக்கும்போது வலையை நாரியினால் பலமாக இழுப்பதற்காக நாரியில் கட்டப்படும் கயிற்று இழைகள். வலை இழுக்கும்போது கயிறு நாரியை வெட்டாமலிருப்பதற்காக, நாரியின் சுற்றளவுகொண்ட கயிறுகள் சைக்கில் ரீயூப்பினுள்ளால் செலுத்தப்பட்டிருக்கும்.

பள்ளிக்குடா: மீன் பிடிப்பதற்காகத் தேர்ந்தெடுக்கப்படும் பாட்டின் பெயர்.

பாடு: வலை வளைப்பதற்கென்று குறிக்கப்பட்ட கடலின் அளவு. இப்பாடுகளின் பெயர் கரையிலும் கடலிலும் உள்ள சில அடையாளங்களுடன் அழைக்கப்படும். இங்குத் தாளையுப்பாடு என்றால் குறிப்பிட்ட ஒரு பெரிய தாளை மரம் அப்பாட்டின் கடலின் அளவிற்கு ஆரம்பமாக அல்லது முடிவாக இருக்கும். இவ்வாறே கல்லுப்பாடு என்றால் கடலினுள் அப்பாடுகளின் அளவுகளுக்கிடையில் கற்கள் அமைந்திருக்கின்றன என்பதுதான்.

பாதங்கழுவிய தண்ணீர்: குருநகரில் தொழில்சார்ந்த சம்பிரதாயம் ஒன்றிற்காகப் பாவிக்கப்படும் மதக்கிரிகைகள் சார்ந்த நீர். தமக்கு விரும்பிய புனித சொரூபங்களின் கால்களைக் கழுவிய தண்ணீர். இதனுடன் பச்சைமஞ்சளை அரைத்துக் கலக்கி வைத்திருப்பார்கள். இதனால் வலை, படகின் அணியம் ஆகியவைகளைக் கழுவினால் தோஷம் விலகிவிடும் என்பது இவர்களின் நம்பிக்கை.

பாய்: வள்ளம், படகு, தோணி ஆகியன காற்றின் வேகத்தில் செலுத்தப்படுவதற்காகப் பயன்படும். தடித்த சீலையினால் நெய்யப்பட்டிருக்கும்.

பாய்மரம்: பாயை ஏற்றி இழுத்துக் கட்டப் பயன்படுத்தப் படுவது.

பாயிழுத்தல்: சுருட்டி வைக்கப்பட்டிருக்கும் பாயை விரித்து, பாய்மரத்தின் நுனிவரை இழுத்து அதனைக் கட்டுதல்.

பாயிழுத்தல்: குருநகர் பேச்சுவழக்கில் புறப்படுதல் என்ற அர்த்தத்திலும் இச்சொல் பாவிக்கப்படுகின்றது. நாம் புறப்படு வோமா என்பதைப் "பாய் இழுக்கலாமா?" எனக் கேட்பர்.

பாலைதீவு: மீன் பிடிக்கச் செல்லும் இடம். இங்கு அநேக பாடுகள் உண்டு. அத்துடன் இங்குள்ள புனித அந்தோனியார் ஆலயத்திற்குக் குருநகர் மக்கள் வழிபாட்டிற்காகச் சென்று ஒரு வாரம் தங்கித் திருவிழா கொண்டாடும் புனித இடமுமாகும்.

பாவல்: படகின் அணியப்பக்கம் இருக்கும் பாயின் மேல் நுனிக்கும் அடிநுனிக்கும் இடையில் இணைக்கப்பட்டிருக்கும் கயிற்றுத்துண்டில் இணைக்கப்படும் கம்பின் பெயர். இக்கம்பின் நுனியைக் கயிற்றுத்துண்டில் சுற்றி, அதன் அடிப்பகுதியை ஒட்டடத்தினுள் செருகி வைத்திருப்பார்கள். இதன் மூலம், காற்றிற்கு எதிராகப் பாய் பொறுப்பாக இருக்கும்.

பிச்சைகொடுத்தல்: மரணமடைந்தவருக்காக அவர் மரண மடைந்த ஏழு நாட்களின் பின் அவரின் ஆத்ம சாந்திக்காக உணவுவகைகள் சமைத்துக்கொடுத்தல்.

பிதை: இரண்டு பகுதிகளை ஒன்றாய் இணைப்பதைக் குறிக்கும். வலைகள், மடி ஆகியவை வலை வளைப்பதற்கு முன்னர் வெவ்வேறாகவே படகினுள் இருக்கும். அவை கடலினுள் இறக்கப்படுகையிலேயே அவை வலிய நூலினால் இணைக்கப் படுகின்றன. 'அந்த மடியைப் பிதை' அல்லது இந்த வலையைப் பிதை என்று கூறுவார்கள்.

பிதை: 'வளைத்துப் பிதைக்கும் வலை' என்ற மீன்பிடி முறையில், கடல் வற்றி ஈரநிலமாய்க் களங்கள் இருக்கும்போது அந்நிலத்தை அலவாங்கினால் கீறி அக்கீறிய பகுதிக்குள் வலையின் மடவலையைப் புதைத்துச் செல்வதைக் குறிக்கும்.

புட்கள்: கடற் பறவைகள்.

புட்டிவெள்ளை: வலை வளைப்பதற்குரிய ஒரு பாட்டின் பெயர்.

புணை: வலையின் மேல்பகுதி மிதந்து வருவதற்காக, மேல் வலையின் கயிற்றில் கட்டப்படும் மிதக்கும் தன்மைவாய்ந்த மரவேர்த் துண்டு. பெரும்பாலும் தில்லை மரத்திலிருந்து எடுக்கப்படுவதால் தில்லம்புணை என்று கூறப்படுகிறது. அடி

முட்டாளாக இருப்பவனை அவன் சரியான 'தில்லம்புணை' எனக் கூறுவர்.

புணையுறுட்டி: இதுவும் ஒரு பாட்டின் பெயர்.

புரி: தென்னந்தும்பினால் தொடராகத் திரிக்கப்பட்டுக் கயிறு போன்று காணப்படுவது. படகின் இரண்டு பலகைகள் இணைக்கப்பட்டபின் கடல்நீர் இவ்விணைவிற்கூடாகப் புகுந்துவிடாமல் இருப்பதற்காக, அவ்விணைவிற்கிடையில் இறுக்கமாக இப்புரி செலுத்தப்படுகிறது.

புறணியளத்தல்: பிறர்மீது எப்போது குறைகூறிக்கொண் டிருத்தலைக் குறிக்கும்.

புறப்பிட்டி: இதுவும் ஒரு பாட்டின் பெயர்.

புறவா: இதுவும் மேற்கூறியதே.

புறமடிபிடித்தல்: மீன்கள் அதிகமாகப் பிடிபடுகையில், (கெழுறு போன்ற மீன்கள் குறிப்பிட்ட காலங்களில் மிக அதிகமாகப் பிடிபடும்.) மீன்களின் நெருக்கத்தால் மடி வெடிக்கின்ற நிலைக்கு வந்துவிடும். அவ்வாறு மடி வெடிக்காவண்ணம் இன்னொரு மடியை, முதல் மடியின் பின்னால் பிடித்து, முதல் மடியின் அடித்தூரை உருவி விட்டு, அதன்வழியாக இரண்டாவது மடிக்குள் மீன்களைச் செல்லப்பண்ணுதல்.

புறக்கோவிலில் கைப்பிடித்தல்: திருச்சபைச் சட்டங்களிற்கு மாறாக, திருமணத்தின் முன் கணவன் மனைவியாக வாழ்ந்தவர் களின் திருமணத்தின்போது, வழமைபோன்று நடுக்கோவில் முன் திருமணச்சடங்குகள் நடைபெறாமல், கோவிலினுள் புறத்தே வைத்து நடத்தப்படுவது.

பூவெச்சம்: பாய்மரம் கூத்துவாரிக்குள்ளால் இறக்கப்பட்ட பின்னர் அதன் அடிப்பகுதி விலகாமல் பொறுப்பாக நிறுத்தி வைப்பதற்காக, பாய்மரத்தின் அடிப்பகுதியைத் தாங்கிக்கொள்ள ஏதுவாக வங்குவில் ஏற்படுத்தப்பட்டிருக்கும் குழிவிழுந்த பகுதி.

பெருக்குதல்: முடிந்துகொள்ளுதல். மோவலையில் புணையைக் கட்டுதலையோ அல்லது மடவலையில் கற்களைக் கட்டுதலையோ பெருக்குதல் என்றே அழைத்துக்கொள்வார்கள். உதாரணம் "அந்த மடவலையில் கல்லினைப் பெருக்கு" என்பர்.

பெருங்கக் கயிறு: பெருங் கைக் கயிறு என்பதன் திரிபு. மடியின் மடவலையிலும் மோவலையிலும் பெருங்கக்கயிற்றைப் பெருக்கியிருப்பார்கள். இப்பெருங்கக்கயிற்றை மையமாக வைத்து வலப்புறமும் இடப்புறமுமாக ஒன்றரை முழமும் முக்கால் சாணுமாக அளந்து நூலினால் வலிந்து பெருக்கி

யிருப்பார். இவற்றின் மொத்த நீளம் மூன்று முழமும் ஒன்றரைச் சாணுமாகும். இந்த அளவின் மத்தியிலேயே இப்பெருங்கக்கயிறு பெருக்கப்பட்டிருக்கும்.

மச்சுப்போதல்: பழுதடைந்து இத்துப்போதல் என்ற அர்த்த முடையது. வலை பழசாகிப் பழுதடைந்திருந்தால் வலை மச்சுப்போச்சு என்று கூறுவார்கள்.

மசுவாது: உடலுறவைக் குறிப்பது. பெரும்பாலும் திருட்டு உடலுறவைக் குறிப்பது.

மட்டம்கட்டுதல்: அற்ஹோம் கொண்டாட்டங்களின்போது, ஒருவர் தனக்குக் கொடுத்த பணத்தின் தொகையை அதிகப் பணம் எதுவும் வைக்காமல் மட்டமாகத் திரும்பக் கொடுப்பது.

மடங்கு: களங்கட்டித் தொழிலில் மோவலையின் மேல் வைத்துப் பிதையப்படுவது. இரண்டு அல்லது மூன்று அளிகள் வைத்து நூலினால் நெய்யப்படுவது. இந்த அளிகளிற்கூடாகவே மோவலைக் கயிறு செலுத்தப்பட்டிருக்கும்.

மடவலை: பொதுவாகவே வலை என்று சொல்லும்போது அது மடவலை, மோவலை என்ற இருமுனைகள் கொண்ட தாகவே இருக்கும். மடவலையில் கற்கள் நெருக்கமாகக் கட்டப்பட்டு இருப்பதனால் இது கடலின் அடியில் மணலுடன் அரைந்துவருவது.

மடக்கெறிதல்: வலை இழுத்துக்கொண்டு இருக்கையில், இழுக்கப்பட்ட கயிற்று வலைகளைப் படகில் ஏற்றுவது வழக்கம். அவ்வாறு வலைகளை ஏற்றுகையில், படகினுள் உள்ள வங்குகளிற்கிடையில் அவற்றை மடக்கி, மடக்கி எறிந்து ஏற்றுவார்கள். இதுவே மடக்கெறிதல் எனப்படும்.

மடி: நூலினால் நெய்யப்பட்டுப் பறிபோன்ற அமைப்பில் அமைந்திருப்பது. மீன்கள் இறுதியாக இதனுள் சென்றபின்பே மடியின் வாய்ப்பகுதி கடலின் மேலே தூக்கப்படும்.

மடிபார்த்தல்: மண்டாடி என்பவர் மடிவரை நீந்திச் செல்கை யில், வலைக்குள் அகப்பட்டுள்ள மீன்களைப் பார்வையிடுவதை யும், வலைகள் நீர் முறைக்கு ஏற்றவகையில் சீராக வருகின் றனவா எனக் கவனிப்பதையும் குறிப்பிடுவது.

மடிவாருதல்: பிடிபட்ட மீன்களை மடியிலிருந்து, படகினில் ஏற்றுவதைக் குறிப்பிடுவது.

மடுப்பெட்டி: மடிப்பெட்டி என்ற சொல்லின் சிதைவு. மீனவர்கள் தமக்குத் தேவையான வெற்றிலை, பீடி, சுருட்டு ஆகியவற்றை வைத்திருக்கப் பயன்படுவது. பனை ஓலையால்

இழைக்கப்படுவது. வலை இழுக்கும்போது இம் மடுப்பெட்டியைச் சாரத்தினால் சுற்றித் தலையில் கட்டியிருப்பார்கள்.

மண்டாடி: கரைவலைத் தொழிலின் நுணுக்கங்களையும் நுட்பங்களையும் அறிந்தவர். எந்தப் பாடு வளைக்கலாம் என்பதைப் பெரும்பாலும் தீர்மானிப்பவர். கரைவலைத் தொழிலாளர்களின் தலைவர் போன்றவர். இது எல்லாத் தொழிலாளர்களுக்கும் அல்ல. ஏனெனில் ஒவ்வொரு படகிற்கும் ஒரு மண்டாடி இருப்பார்.

மண்ணரைதல்: கேலிச் சொல். உரிய காலத்தில் திருமண மாகாத பெண்களை மண்ணரைய விட்டிருக்கிறாள் எனக் கேலியாகக் குறிப்பிடுவார்கள்.

மதவுதல்: நன்றாக சாப்பிடுதலைக் கேலியாகக் குறிப்பிடுவது. மதவவா வந்திருக்கிறாய்? நல்லா மதவினியா? எனக் கேட்கப் படுவதுண்டு.

மரக்கோல்: வள்ளம், படகு, தோணி போட் எதுவாயினும் அவற்றைத் தாங்கிச் செலுத்தப் பயன்படுவது. நேராக மிக நீண்ட, சற்றுத் தடித்த மரக்கிளையினை வெட்டி, மொக்குகள் நீக்கி, நெருப்பினில் சுட்டு, தோல்நீக்கியபின் பயன்படுத்தப் படுவது.

மாடிபிடித்தல்: படகினைக் கரையேற்றி, கவிழ்த்துவைத்து, பழுது பார்த்தபின் சிறிய சமயக்கிரிகைகள் செய்தலைக் குறிக்கும்.

மாரிவலை: கரைவலையில் உள்ள வலைகளில் இறுதியாக வருவது மாரிவலையாகும். இது 64 அளிகளும் 9அங்குலம் நீளமும் கொண்டது.

மாலக்கண்ணி: கரைவலையில் நடுவணிக்குப்பின்னால் வருவது மாலக்கண்ணி வலையாகும். இது 36அளிகளையும் 13½ அங்குலம் நீளமும் கொண்டது.

மான்பாடு: கடலின் அடியில் மீன்கள் திரளாக நிற்கையில் கடலின் மேற்பரப்பில் காணப்படும் ஒரு திரவப் படர்வு. இத்திரவப் படர்வு காணப்படுகையில் மீன்கள் நிற்கின்றன என மீனவர்கள் அறிந்து கொள்வார்கள்.

மீன் இரைதல்: மீன்கள் கடலின் மேற்பரப்பில் அங்குமிங்கும் ஓடித்திரிகையில் கடல்மேல் ஏற்படும் ஓசை. பெரும்தொகை மீன்கள் இவ்வாறு திரிகையில் ஏற்படும் சத்தம் பெரும் இரைச்சலாகவே கேட்கும்.

மீன்படுதல்: வலைக்குள் மீன்கள் அகப்படுதலைக் குறிக்கும்.

மீன்பாடு: மீன் பிடித்தலின் அளவைக் கேட்பது. ஒருவர் இன்னொரு தொழிலாளியைப் பார்த்து எப்பிடி மீன்பாடு என்று கேட்டால். மீன்கள் அதிகமாகப் பிடிபட்டனவா எனக் கேட்பதைப் போன்றது.

முகட்டுப்பந்தல்: முகடு வைத்துப் பந்தல்போடுவது. இவ் வமைப்புப் பந்தல் திருமணம், அற்ஹோம், மகிழ்சிகரமான கொண்டாட்டங்களிற்காக அமைக்கப்படுவது.

முகத்துவாரம்: குருநகரிலிருந்து கிழக்குப்பக்கமாகக் கடலின் மையத்தில் கட்டப்பட்டிருக்கும் வெளிச்சக் கட்டை.

முடைந்துகொடுத்தல்: கோள் செல்லுதல்.

முள்ளுப் பிரட்டுதல்: மீனைக் கருவாடு போடுகையில் மீனின் முதுகுமுள்ளை இருபுறமும் உள்ள சதைப்பகுதியில் இருந்து பிரிப்பதோடு, அம்முள் தனியாக அறுந்துபோகாதவாறு முள்ளைக் கீறிச் சதையிலிருந்து பிரட்டி வைப்பது.

மூக்கன்: படகில் இழுத்துக் கட்டப்படும் பாயில், அணியத்துப் பக்கமாக இருக்கும், மேல்பக்கப் பாயின் நுனிப்பகுதி

மூசாப்பு: வானம் மெல்லிய இருளோடும் காற்றோடும் மந்தாரமாக இருப்பதைக் குறிக்கும்.

மேசைச்சோறு: ஒருவர் இறந்த எட்டாம் நாள், அவரது சாந்திக்காக அவர் உயிருடன் இருந்தபொழுது விரும்பி உண்ட அனைத்து உணவு வகைகளைச் சமைத்து அவருக்குப் படைப்பது.

மேல்புறம்: கரைவலை வளைக்கும்போது கடவத்துக்கு ஆட்களை இறக்கி, பின்னர் வலைகள் மடி யாவற்றையும் இறக்கிய பின்னர் கரைவந்து சேரும் மறு பகுதி. ஒருபகுதி கீழ்ப்புறம் மறுபகுதி மேல்புறமாகும்.

மேலாப்பாச்சி: கரைவலைத் தொழிலில் மீன்களை அவதானிக்க மேலாவிற்குச் செல்பவரைக் குறிக்கும் சொல்.

மேலாவுக்குப்போதல்: வலை வளைக்கையில் தலைவலை கரை வந்தபின்னர், மடி தேடி நீந்திச்சென்று, வலைகள் நேராக வருவதை அவதானித்தல். வலைகள் கற்களில் சிக்கி யிருந்தால் அவற்றை எடுத்துவிடுதல். மடிக்குள் அகப்பட்ட மீன்களை அவதானித்தல் ஆகியவற்றிற்காகச் செல்வதைக் குறிக்கும்.

மோவலை: மேல் வலை என்பதன் சிதைவு. கடலின் மேல் பகுதியில் புணையுடன் இணைக்கப்பட்டிருப்பது.

மோசாவாரி: கடையால்பத்தியைப்போல், படகின் அணியப் பக்கமாய் இணைக்கப்பட்டிருப்பது மோசாவாரி.

யாளி: பாய் இழுத்துப் படகு விரைந்துகொண்டிருக்கையில் காற்றுப் பாய்களினூடாக அரிந்து போகாமல் கடல்நீரை அள்ளிப் பாய்மீது வீசிப் பாயை நனைத்துக்கொள்வார்கள். இதன்மூலம் படகு இன்னும் விரைவாகச் செல்லும். இவ்வாறு கடல்நீரை அள்ளிப் பாய்நோக்கி உயர வீசுவதற்கு வாய்ப்பாக அமைக்கப்பட்ட, வள்ளம்போன்ற வடிவமைப்பில் மரத்தினால் செய்யப்பட்ட பட்டை.

லாவுதல்: மேலாவுக்குப்போனவர் வலைகள் இழுபட்டுவரும் தன்மைகளைக் கரையில் நின்று வலையிழுக்கும் மீனவர்களுக்கு உணர்த்துவதற்றாகக் கைகளால் காட்டப்படும் சைகை. வலை இழுக்கும்போது ஒரு பக்கத்தில் நிற்பவர்கள் மறு பக்கத்தில் நிற்பவர்களைவிட வலிமையாக இழுத்தால் மடி நேராக வராது. எனவே விரைவாக இழுக்கவேண்டிய பக்கத்தினை உணர்த்தத் தன் கையை உயர்த்திக் காட்டுவார். இதனையே லாவுதல் என்பது.

லைலா: அம்பா பாடும்போது ஒத்திசைக்காகச் சொல்லப்படும் சொல். றோசா போன்றது.

லோமியா: கடல்நடுவில் காற்றின் வேகத்திற்கு அணைந்து விடாதபடி டீசலில் எரிக்கப்படும் விளக்கு.

வங்கு: ஆங்கில 'யூ' எழுத்து வடிவில், திரட்சியான மரத்தினால் வடிவமைக்கப்படுவது. வள்ளம், படகு, தோணி எதுவாயினும் உருவாக்குகையில் அதன் பலகைகள் இந்த வங்கிலேயே வலிய ஆணிகளால் இணைக்கப்படும்.

வடம்: பாய்ப் படகினுக்குரிய பெரிய பாயை நீளமான பல பாய்ச்சீலைகளைக் கொண்டே இணைத்திருப்பார்கள். இவ்வாறு இணைக்கும்போது இரு பாய்ச்சீலைகளிற்கிடையில் நீளமான கயிற்றினை வைத்து வலிந்து இணைத்திருப்பார்கள். இந்த இரு பாய்ச்சீலைகளிற்கிடையில் வைக்கப்பட்டிருக்கும் கயிறே வடம் என அழைக்கப்படுகிறது.

வடு: நீர்வகையில் ஒன்று. வெள்ளம் வந்தபின் அவ்வெள்ளம் வற்றிப்போவதைக் குறிக்கும். வெள்ளம் வழிந்த எதிர்த்திசையில் ஓடும்நீரின் பெயர் வடு.

வத்தை: தோணியின் மறு பெயர்.

வதிகரித்தல்: அபகரித்தல் என்ற அர்த்தத்தில் பாவிக்கப்படுவது.

வலிஞ்சமரக்கல்: ஆழம் கூடிய கடற்பகுதியில் படகினைத் தாங்கிக்கொள்ளச் சாதாரண மரக்கோலின் நீளம் போதாமல் இருப்பதுண்டு. அவ்வாறான கடற்பகுதியில் தாங்கிக்கொள்ள இரண்டு மரக்கோலை ஒன்றிலிருந்து ஒன்றாக இணைத்து வலிந்து கட்டியிருப்பார்கள். வலிஞ்சு கட்டுதல் என்பது மிக இறுக்கமாகக் கட்டுதல் என்பதே.

வலயத்தவன்: மிகவும் வறுமை நிலையிலுள்ளவரைக் குறிக்கும். வலை அற்றவன் என்ற சொல்லின் சிதைவு. வலை இல்லாதவன் தொழில் செய்ய இயலாது என்ற கருத்தின் அடியாக எழுந்தது.

வலை தெரிதல்: வலை தெரிவாக்குவதைக் குறிக்கும். வலை களைக் கடலினுள் இறக்கும்பொழுது வலையின் அளியில் புணை, கற்கள் சிக்கி இருந்தால் அவற்றைத் தெரிவாக்கியே இறக்குவார்கள்.

வலைபொத்துதல்: வலையின் அளிகள் அல்லது மடியின் கண்கள் அறுந்து காணப்பட்டால், அவற்றைச் செப்பனிடுவதை வலை பொத்துதல் என்பர்.

வலை வளைப்பு: கரைவலைத் தொழிலில்; தொழில் செய்தலைக் குறிக்கும். வலையை வளைத்தே மீன் பிடிப்பதால் "இன்னொருக்கா வலை வளைப்பமா" என்ற பேச்சு வழக்கிற்கு: இன்னொரு தடவை தொழில் செய்வமா என்பதே அர்த்தமாகும்.

வலை வாங்குதல்: வலை வளைத்து முடிந்த பின்னர், கடலினுள் கிடக்கும் வலைகளை மீண்டும் படகினில் ஏற்றுதல்.

வள்ளம்: குருநகரின் பயன்பாட்டிலுள்ள கடற்கலங்களில் மிகச் சிறியது.

வாட்டாளை: கடலின் அடியில் முளைக்கும் ஒரு தாவரம்.

வாடி: பிடித்த மீன்களை விற்கும் இடம். பருவப்பெயர்ச்சிக் காலங்களின்போது வேறு இடங்களுக்குத் தொழில் செய்ய இடம்பெயரும் மீனவர்கள் தங்குவதற்காகக் கடற்கரையோரம் அமைக்கப்பட்டிருக்கும் கொட்டில்களின் வரிசையும் இவ்வாறு அழைக்கப்படும்.

வார்லவுன்ஸ்: கரைவலைத் தொழிலில் நாளாந்த ஊதியத் துடன் மேலதிகமாகச் சேர்த்துக் கொடுக்கப்படும் பணம். *War allowance* என்ற ஆங்கிலச் சொல்லின் சிதைவுபட்ட தமிழ் வடிவம். இவ்வார்லவுன்ஸ் முறை குருநகர் கோயிலின் கட்டளைக் குரவர்களாயிருந்த மேற்கத்தியவர்களால் அறிமுகப்படுத்தப்பட்டதாக இருக்கலாம்.

வாறன்: பாயின் கடப்பாயிலிருந்து தொடங்கிக் கடையால் பத்தியில் கட்டப்பட்டிருக்கும் கயிறு.

விட்டுக்கட்டும் மடி: பிடித்த மீன்களைக் கடலினுள் உயிருடன் உலவி வருவதற்காக அமைக்கப்பட்ட ஒருவகை மடி. இதனுள் மீன்களை விட்டுக் கடலினுள் கட்டியபின்னரே மற்றைய பாடு வளைக்கச் செல்வார்கள்.

விடியச்சோறு: தொழிலாளர்கள் காலையில் சாப்பிடுவதற்காக எடுத்துச் செல்லப்படும் சோறு.

விருந்துச்சோறு: மரணவீட்டில் ஏழாம் நாள் உறவினர் அயலவர்களுக்காகச் சமைக்கப்படும் உணவு.

விலங்குபோர்: நேர் எதிர்த்திசையைக் குறிப்பது. ஒரு வள்ளம் அலையின் திசையில் வந்தபின்னர் அந்த அலைக்குக் குறுக்கால் வள்ளம் திரும்பினால் வள்ளம் விலங்குபோருக்கு போகு தென்று சொல்வார்கள். அல்லது வள்ளம் விலங்குபோருக்கு அடையுது என்றும் கூறுவார்கள்.

தேவகலாபனை: போத்துக்கேயருக்கும் ஒல்லாந்தருக்கும் இடையில் நடைபெற்ற மதச் சண்டையைக் கத்தோலிக்கர் இவ்வாறு அழைப்பர்.

வெள்ளம் கிலாவுதல்: வெள்ளம் பெருக்கெடுக்கும் அதன் ஆரம்ப நீர்ப்பெருக்கைக் குறிப்பது.

வெள்ளாப்பு: அதிகாலை சூரியன் உதிக்குமுன்னர் கிழக்கில் படரும் செம்மையைக் குறிப்பது.

வெச்சாப்பு: சூரியன் உதிக்கையில், பிரகாசமான கதிர்கள் பரவுமுன்னர் சூரியனின் செம்மை விரிந்த அடிவானும், அச்செம்மை கடலின் மேற்பரப்பில் படர்ந்திருக்கும் நேரம்.

❖

குருநகர்
வழக்கிலுள்ள பழமொழிகள்

அங்க ஒண்டுமில்ல அடப்பனாருக்குப் பொட்டும் சந்தனமும்.

அம்மியில் அரைச்சுக் கிண்ணியில எடுப்பாளாம்.

அயிரயில மயிர் புடுங்கினாளாம்.

அவிச்ச மீனைத் துடிக்குதெண்டாளாம்.

அற நனைஞ்சவனுக்குக் கூதலென்ன குளிரென்ன?

ஆடிக் கொய்யைத் தேடிப்பிடி.

ஆள் இளக்காரம் கண்டா தோணி மிதந்தலை பாயும்.

ஆள் இல்லாக் குற்றம் அழுதாலும் தீராது சோறில்லாக் குற்றம் சொன்னாலும் தீராது.

இரவல் குடுத்தவர் இருந்தாற மாட்டாராம்.

உண்டி கூழுக்கு அழுகிறதாம் கொண்டை பூவுக்கு அழுகிறதாம்.

உள்ளதை விற்று உல்லனை வாங்கு.

உறவு உறவென்றாலும் பறியில கை வைக்காதே.

ஊருக்குச் சாத்திரம் சொன்ன பல்லி கூழ் பானையுக்க விழுந்துதாம் துள்ளி.

ஓலை வீட்டுக் காசு ஓட்டு வீட்டுக்குப் போகுது.

கட்டாக்கருவாடு சுட்டாலும் மணக்காது.

கண்ட பாவனைக்குக் கொண்ட முடிஞ்சவளாம்.

கரையான் கருங்கணி பட்டால் கடைக்கண்ணாலயும் பாக்க மாட்டான்

கரையானுக்குக் கச்சை நனைஞ்ச பிறகுதான் புத்தி வரும்.

கருவாடு விற்ற காசு மணக்குமா?

கலியாணத்தக் கண்டதென்ன கொட்டுச் சத்தம் கேட்டதென்ன?

காட்டாப்பூவை காட்டிறாள்பார் கண்டறியாதவள்.

காற்றைக் கண்டா படகை அகலக் கட்டு.

குண்டி சொறிய நகமில்லை கூறும் மாறும் மெத்த.

கெட்டாலும் செட்டி கிழிஞ்சாலும் பட்டு.

சின்ன மீனைப் போட்டுப் பெரிய மீனைப் பிடி.

சீலையை விற்றுச் சீலாவை வாங்கு.

தனக்குத் தனக்கெண்டா சுளகு படக்குப் படக்கெங்குமாம்.

தாயை றோட்டில பாத்தால் மகளை வீட்டிலயா பாக்கவேணும்.

நட்டுவன் குட்டிக்கு நொட்டியா காட்டவேணும்

நண்டு கொழுத்தா வளையில் தங்காது.

பசிவந்தா ருசி வேணாம் நித்திர வந்தா பாய் வேணாம்.

பத்துப் புள்ள பெத்தவளுக்கு ஒத்தப் புள்ள பெத்தவ முக்கிக் காட்டினாளாம்.

பூவில்லாம மாலை கோத்துப் புருசனில்லாம புள்ளப் பெத்தவ.

பாடு வாச்சா பறயனும் பாடுவான்.

மக்களை விற்று மதனத்தை வாங்கு.

மீன் கரைஞ்சால் ஆணத்திலதான்.

முந்தி வந்தவளப் பிந்தி வந்தவள் முந்தினாளாம்.

வாய்க்கட்டுத் திறம் பறி பீத்தல்.

வாய்க்கொழுப்புச் சீலையால வடியுது.

வாயில சப்பி வேலியில துப்பி.

இறால் போட்டுச் சுறாவப் பிடி

❖

குருநகரில் பாவனையில் உள்ள மீன்கள்

அச்சுப்பாரை *(பாரை வகையினம்.)*

அதள்

அறுக்குளா

அயிரை

ஆஞ்சாளை

ஆடாத்திருக்கை *(திருக்கை வகையினம்.)*

இலத்தி

இறால்

உறு

ஊசிக்கணவாய்

ஊளா

எறியால்

ஓங்கில்

ஓட்டுக்கணவாய் *(கணவாய் வகையினம். இதன் முதுகினுள் வெண்மையான ஓடு உண்டு)*

ஓரா

கட்டாப்பாரை *(பாரை வகையினம். பெரும்பாலும் கருவாட்டிற்குப் பயன்படுத்தப்படும் மீன்.)*

கட்டுத்திருக்கை *(திருக்கை வகையினம்)*

கடல்விரால்

கடற்குதிரை

கடுக்கா நண்டு *(முதுகோட்டில் பச்சை நிறமுடையது. சிறியது.)*

கணவாய்

கயல்மீன்

கருக்குவாய்ப் பாரை *(பாரை வகையினம்.)*

கருங்கணிப்பாரை *(பாரை வகையினம். பெரியது.)*

கருமுரல்

கருவண்டு இறால் *(இறால் வகையினம். பெரியது. கருமை நிறமுடையது.)*

கலவாய்

கள்ளப்பாரை *(பாரை வகையினம்.)*

காரல்

கிளக்கன்

கிளாத்தி

கீரிமீன்

குட்டோறு

கும்பிளா

குரக்கன் சுறா *(சுறா வகையினம்.)*

கூனி இறால் *(இறால் வகையினம். சிறியது.)*

கெழுறு

கொடுவா

கொம்பன் சுறா *(சுறா வகையினம்)*

கொய்

சல்லி

சாளை

சிறையா

சீலா

சுங்கான் கெழுறு *(கெழுறு வகையினம். மிகச் சிறியது.)*

சுறா

சூடை

சூரை

சூவாரை

செங்கடாப்பாரை *(பாரை வகையினம். முதுகில் மஞ்சள் நிறப் படர்வு உள்ளது.)*

செங்கணி

செப்பல்

செம்பாரை நண்டு *(கடுக்காய் நண்டைப் போன்றது. பெரியது.)*

சேதி

திரளி

திருக்கை

தும்பி

தேறகம்

நகரை

நண்டு

நீலக்கால் நண்டு

நெத்தலி

நெடுமுரல்

பாச்சுவலை முரல் *(முரலினுள் சிறியது. பாச்சுவலைத் தொழிலில் அதிகம் பிடிபடுவதனால் இப்பெயர்)*

பாட்டு இறால் *(இறால் வகையினம்.)*

பால்முட்டான்

பாலமீன்

புலியன் திருக்கை *(திருக்கை வகையினம்.)*

பூவாத்திருக்கை *(திருக்கை வகையினம்.)*

மசறி

மண்ணா

மணல்திருக்கை *(திருக்கை வகையினம்.)*

மணலை

மதனம்

முரல்

மொந்தன்

வடையன் ஓரா (ஓரா வகையினம். கருமைநிறமும் வரிகளையும் கொண்டது.)

வழுவாடி *(திருக்கை வகையினம்.)*

வாவல் *(வாவலில் கருமை நிறமுடையது.)*

வாளை

விளை

வெள்வாவல் *(வாவலில் வெள்ளை நிறமுடையது.)*

வெள்ளை இறால் *(இறால் வகையினம்.)*

வேளா

❖

குருநகரில் பேணப்படும் உறவு முறைகள்

குடும்ப ஆரம்ப உறவுகள்

கணவன்

மனைவி

அப்பா (ஐயா)

அம்மா

மகன்

மகள்

அண்ணன்

தம்பி

அக்கா

தங்கை

அப்பா: புருஷன்

அம்மா: பெண்சாதி

மூத்தமகன்: மூத்தவன், பெரியதம்பி

இளையமகன்: இளையவன், சின்னவன்

அண்ணன்: பெரியண்ணன் சின்னண்ணன்

மூத்த மகள்: மூத்தவள், பெரியபிள்ளை

இளையமகள்: இளையவள், சின்னபிள்ளை

அக்கா: பெரியக்கா, சின்னக்கா

தங்கை: தங்கச்சி

தலைமுறை உறவுகள்

அப்பாவின் அப்பா (தந்தையின், தகப்பன்): அப்பு, பாட்டன், தாத்தா, அப்பப்பா

அப்பாவின் அம்மா (தந்தையின் தாய்): ஆச்சி, பாட்டி, அப்பம்மா

அம்மாவின் அப்பா: அப்பு, பாட்டன், தாத்தா, அம்மப்பா

அம்மாவின் அம்மா: ஆச்சி, பாட்டி, அம்மம்மா

அப்பாவின் தந்தையின் தந்தை: பூட்டன்

அப்பாவின் தந்தையின் தாய்: பூட்டி
அம்மாவின் தந்தையின் தந்தை: பூட்டன்

அம்மாவின் தாயின் தாய்: பூட்டி

மகனின் மகன்: பேரன்

மகனின் மகள்: பேத்தி

மகளின் மகன்: பேரன்

மகளின் மகள்: பேத்தி

மகனின் மகனினுடைய மகன்: பூட்டன்

மகனின் மகனினுடைய மகள்: பூட்டி

மகளின் மகனுடைய மகன்: பூட்டன்

மகளின் மகளுடைய மகள்: பூட்டி

கிளை உறவுகள்

அப்பாவின் மூத்த சகோதரன்: பெரியய்யா, பெரியப்பா

அப்பாவின் இளைய சகோதரன்: சின்னய்யா, சித்தப்பா

அப்பாவின் மூத்த சகோதரி: பெரியமாமி, பெரிய அத்தை

அப்பாவின் இளைய சதோதரி: சின்ன மாமி, சின்ன அத்தை

அம்மாவின் மூத்த சகோதரன்: பெரியம்மான், பெரிய மாமா

அம்மாவின் இளைய சகோதரன்: சின்னம்மான், சின்ன மாமா

அம்மாவின் மூத்த சகோதரி: பெரியம்மா

அம்மாவின் இளைய சதோதரி: சின்னம்மா

அப்பாவின் சகோதரர் மகன்: அண்ணன், தம்பி

அப்பாவின் சகோதரர் மகள்: அக்கா, தங்கை (தங்கச்சி)

அப்பாவின் சகோதரி மகன்: மச்சான், அத்தான்

அப்பாவின் சகோதரி மகள்: மச்சாள்

அம்மாவின் சகோதரர் மகன்: மச்சான், அத்தான்

அம்மாவின் சகோதரர் மகள்: மச்சாள்

அம்மாவின் சகோதரி மகன்: அண்ணன் தம்பி

அம்மாவின் சகோதரி மகள்: அக்கா, தங்கை (தங்கச்சி)

சகோதரன் மகன்: மகன்

சதோதரன் மகள்: மகள்

சகோதரியின் மகன்: மருமகன்

சகோதரியின் மகள்: மருமகள்

இணை உறவுகள்

கணவனின் அப்பா: மாமா

கணவனின் அம்மா: மாமி

மனைவியின் அப்பா: மாமா

மனைவியின் அம்மா: மாமி

மகனின் மனைவி: மருமகள்

மகளின் கணவன்: மருமகன்

கணவனின் சகோதரன்: மச்சான்

கணவனின் சகோதரன் மனைவி: சகலி

கணவனின் சகோதரன் மகன்: மகன்

கணவனின் சகோதரியின் மகள்: மருமகள்

கணவனின் சகோதரி: மச்சாள்

மனைவியின் சகோதரன்: மச்சான்

மனைவியின் சகோதரன் மனைவி: தங்கை (கணவனைப் போல் மச்சான் எனவும் அழைப்பதுண்டு.)

மனைவியின் சகோதரரின் மகன்: மருமகன்

மனைவியின் சகோதரியின் மகள்: மகள்

மனைவியின் சகோதரி: மச்சாள்

மனைவியின் சகோதரியின் கணவன்: சகலன்

சதோரர் மனைவி: மச்சாள், அண்ணி

சகோதரியின் கணவன்: மச்சான், அத்தான்

சகோதரியின் மகன்: மருமகன்

சகோதரியின் மகள்: மருமகள்

அப்பாவின் மூத்த சகோதரன் மனைவி: பெரியம்மா

அப்பாவின் இளைய சகோதரன் மனைவி: சின்னம்மா

அப்பாவின் மூத்த சகோதரியின் கணவன்: பெரிய மாமன்

அப்பாவின் இளைய சகோதரியின் கணவன்: சின்ன மாமன்

அம்மாவின் மூத்த சகோதரன் மனைவி: பெரியமாமி

அம்மாவின் இளைய சகோதரன் மனைவி: சின்ன மாமி

அம்மாவின் மூத்த சகோதரியின் கணவன்: பெரியப்பா, பெரியய்யா

அம்மாவின் இளைய சகோதரியின் கணவன்: சித்தப்பா, சின்னய்யா

அப்பாவின் அப்பாவிற்கு அம்மாவின் அப்பா: சம்மந்தி

அப்பாவின் அம்மாவிற்கு அம்மாவின் அம்மா: சம்மந்தி

அம்மாவின் அப்பாவிற்கு அப்பாவின் அப்பா: சம்மந்தி

அம்மாவின் அம்மாவிற்கு அப்பாவின் அம்மா: சம்மந்தி

சமய உறவுகள்

(கத்தோலிக்கர்களின் சமயச் சடங்குகளில் ஒன்றாகிய திருமுழுக்கின்போது ஞானத் தாய், தந்தையர் என்ற புதிய உறவு உருவாகின்றது.)

திருமுழுக்குப் பெற்றவருக்கு ஞானத்தந்தை: தொட்டப்பு, தொட்டையா

திருமுழுக்குப் பெற்றவருக்கு ஞானத்தாய்: தொட்டம்மா

ஞானத்தந்தைக்குத் திருமுழுக்குப் பெற்றவர்: தொட்டமகன்

ஞானத்தந்தைக்குத் திருமுழுக்குப் பெற்றவள்: தொட்டமகள்

திருமுழுக்குப் பெற்றவரின் அப்பாவிற்கு ஞானத்தந்தை: கும்பா

திருமுழுக்குப் பெற்றவரின் அப்பாவிற்கு ஞானத்தாய்: கும்பாதிரி

திருமுழுக்குப் பெற்றவரின் அம்மாவிற்கு ஞானத்தந்தை: கும்பா

திருமுழுக்குப் பெற்றவரின் அம்மாவிற்கு ஞானத்தாய்: கும்பாதிரி

ஞானத்தந்தைக்குத் திருமுழுக்குப் பெற்றவரின் அப்பா: கும்பா

ஞானத்தந்தைக்குத் திருமுழுக்குப் பெற்றவரின் அம்மா: கும்பாதிரி

ஞானத்தாய்க்குத் திருமுழுக்குப் பெற்றவரின் அப்பா: கும்பா

ஞானத்தாய்க்குத் திருமுழுக்குப் பெற்றவரின் அம்மா: கும்பாதிரி

❖

www.ingramcontent.com/pod-product-compliance
Lightning Source LLC
LaVergne TN
LVHW100822051026
849519LV00006B/2153
* 9 7 8 9 3 8 0 2 4 0 7 1 8 *